बंडखोर

पुणे येथील ओशो आंतरराष्ट्रीय ध्यानधारणा
केंद्रातील प्रवचने

ओशो

अनुवाद
माधुरी काबरे

मेहता पब्लिशिंग हाऊस

Bandkhor by OSHO

This book is a translation, in Marathi, of Chapters 14- 22 of *The Rebel*, a series of original talks by Osho, given to a live audience. All of Osho's talks have been published in full as books, and are also available as original audio recordings. Audio recordings and the complete text archive can be found via the online OSHO Library at
www.osho.com/library

Translated in Marathi language by Madhuri Kabare

बंडखोर / वैचारिक

अनुवाद : माधुरी काबरे

मराठी अनुवादाचे व प्रकाशनाचे हक्क मेहता पब्लिशिंग हाऊस, पुणे ३०.

प्रकाशक : सुनील अनिल मेहता, मेहता पब्लिशिंग हाऊस,
१९४१, सदाशिव पेठ, माडीवाले कॉलनी, पुणे – ४११०३०.

मुखपृष्ठ : चंद्रमोहन कुलकर्णी

प्रकाशनकाल : एप्रिल, २००५ / मार्च, २०११ / पुनर्मुद्रण : मे, २०१८

P Book ISBN 9788177665406
E Book ISBN 9789386888914
E Books available on : play.google.com/store/books
www.amazon.in

अनुक्रमणिका

१

इतक्या खाली
इतक्या वर

विद्रोही हा क्रांतिकारक नसतो.
सरकार बदलून
समाज बदलता येतो
याच्यावर त्याचा विश्वास नसतो.
स्वत:ला बदलवण्यावर,
व्यक्तीला बदलवण्यावर
आणि
एका ज्योतीने
दुसरी ज्योत पेटवण्यावर
त्याचा विश्वास असतो.

जून ७, १९८७ संध्याकाळ

प्रिय ओशो,

तुमच्या चरणकमलांवर मी नतमस्तक आहे. आपल्या शिष्यांना जाणीव करून देण्यासाठी जोरदार प्रहार करणाऱ्या झेन गुरूंच्या आणि गुर्जिएफच्या कथा मी फार आवडीने वाचत होतो. त्या रात्री तुम्ही आपली शस्त्रक्रियेची धारदार सुरी वापरलीत– तीसुद्धा भूल वगैरे न देता– आणि माझा कित्येक जन्मांचा कॅन्सर काढून टाकलात! वेदना तर झाल्याच, पण रोग्याला जास्तच निरोगी होत चालल्याचे भावत आहे. स्वतःला आणखी... आणखी.. उघड करावे अशी इच्छाही बळावत आहे. माझ्यातला एक भाग म्हणतोय की, 'नाही.. हा हावरटपणा आणि दिखाऊपणा होतोय्...' गुरूपुढे पूर्ण उघड व्हायची एखादी योग्य रीत आहे का?''

इंदीवर : आपल्या मनाचं न ऐकायला शीक. ते तुम्हांला नेहमी भरकटवते. त्याच्या उपदेशाची श्रेणी नेहमीच विषारी असते. मनाच्या वर यायला शिका. त्या उंचीवर गेलात तरच तुम्हांला स्वच्छ दिसेल. मनामध्ये राहणे म्हणजे ढगांमध्ये राहणे. जरा वर जा. स्वच्छ आकाश आहे. सुदूर अंतरावरचे तारे दिसतील तुम्हांला.

परिस्थिती काय आहे याची जाण तुझ्या अंतःकरणाला नेमकेपणानं आणि पूर्णपणानं येत होती. तशात तुझ्या मनानं लगेच ढवळाढवळ करायला सुरुवात केली की, 'नाही! हा हावरटपणा आणि दिखाऊपणा होतोय्.' हा हावरटपणाही नाही किंवा दिखाऊपणाही नाही. कारण दोन्हीही अहंकाराचे भाग आहेत. आणि मी काही तुझ्यावर प्रहार केला नाही. तर तू आहेस असा बहाणा करणारा जो तुझा अहंकार होता त्याच्यावर माझा प्रहार होता. तो स्वतःला बचावण्याचा प्रयत्न सर्वतोपरीने करणारच. पण जसजशी तुला हृदयाची भाषा समजायला लागेल तसतसा अहंकार क्षीण होत जाईल. त्याचं तुझ्यावरचं वर्चस्व संपत जाईल.

तू विचारत आहेस, ''गुरूपुढं पूर्ण उघड व्हायची एखादी योग्य रीत आहे का?'' कोणत्याही रीतीनं उघड व्हा, पण व्हा! आपली खिडक्या-दारं पूर्ण उघडा. उघड व्हायच्या सर्व रीती योग्यच आहेत आणि स्वतःला बंद करून ठेवण्याच्या सगळ्या रीती अयोग्य आहेत.

मी असं ऐकलं की, माझ्यापुढं प्रेमानं, विश्वासानं आणि कृतज्ञतेनं नतमस्तक होणाऱ्या प्रत्येक व्यक्तीला तू भेटलास आणि क्षमा मागितलीस. यामुळं तू अस्सल संन्यासी झालास. या ठिकाणी एखादा छद्मी संन्यासी असता तर तो इथून पसार झाला असता आणि त्यानं माझ्याविरुद्ध नाना प्रकारच्या कंड्या पिकवल्या असत्या. पण असं न करता तू प्रत्येक संन्याशाची माफी मागितलीस.

तू, आपला वकूब, आपली प्रतिष्ठाच सिद्ध करून दाखवली आहेस. आपला अहंकार बाजूला सारण्याची हिम्मत आपल्यात आहे हेच तू सिद्ध केलं आहेस. आता हा प्रसंग फक्त स्मृतीचा एक भाग म्हणून तुझ्या जीवनात राहू नये. ही तुझी क्षणाक्षणाची जाण व्हावी. ती आणखी गाढ आणि आणखी स्पष्ट व्हावी. असं झालं तर तुला नितांत कृपेचा लाभ होईल.

थोडीशी जाणही तुझ्या आयुष्यात प्रचंड क्रांती करू शकते. बीजं तर छोटीशीच असतात सगळी. पण वृक्ष गगनचुंबीही असू शकतात. बीज चिमुकलं असतं वृक्षाचं. तुझ्या अंतःकरणात पडलेलं हे एक चिमुकलं बीज आहे. वाढू दे आता त्याला. त्याला पोषण दे. आधार दे. त्याच्या मार्गातले सगळे अडथळे काढून टाक. या क्षणी फारसं विशेष न वाटणारं हे एवढंसं बीजच तुझ्यासाठी हजारो फुलं घेऊन येईल.

फक्त थोडी कळ सोसायला हवी. वसंत ऋतूची वाट पाहायला हवी... आणि तो नेहमी येतोच येतो. आता आपल्या अंतःकरणात बीजंच नसतील तर वसंत ऋतू काय करणार?

पॅडीनं आपल्या वार्धक्यानं पार वाकलेल्या आईला कळवलं– "प्रिय आई, मला एका जादूटोणा करणाऱ्या डॉक्टरीणबाईंनी काही गोळ्या दिल्या आहेत, त्या तुला पाठवत आहे. त्यांतली एक जर तू घेतलीस तर तू तरुण होशील."

काही आठवड्यांनी पॅडी घरी येतो तर काय! एका सुंदर युवतीनं त्याचं स्वागत केलं. तिच्याजवळ बाटलीनं दूध पिणारं एक तान्हं बाळ होतं.

"माझी आई कुठंय?" पॅडीनं विचारलं, "अरे वेड्या, मीच तुझी आई, तू पाठवलेल्या त्या गोळ्या खरोखरच जालीम होत्या हं."

"बाप रे! फक्त एक गोळी खाऊन तू इतकी तरुण झालीस की तुला मूल झालं?"

"काहीतरीच काय बोलतोस वेड्यासारखं! हे काही मूल नाहीये माझं. हे वडील आहेत तुझे. त्यांनी दोन गोळ्या घेतल्या!"

हावरटपणा धोक्याचा ठरू शकतो. पण तुझ्या बाबतीत हा हावरटपणाही नाही, केवळ गैरसमज आहे. पण मनाचे हे नेहमीचेच डावपेच आहेत. तुम्ही योग्य मार्गावरून जायला लागलात की, मन अडवतं आणि म्हणतं, नाही, हा मार्ग योग्य

नाही. काहीतरी चुकतंय्. आणि मनाचा चमत्कारिकपणा असा की, जर तुम्ही चुकीच्या मार्गाला लागलात तर ते गप्प बसतं! मग ते चकार शब्द काढत नाही. हा एक निकष म्हणूनच लक्षात ठेवा. जेव्हा मन एखादी गोष्ट चुकीची आहे असं सांगेल तेव्हा तीच गोष्ट करा! मन जे बरोबर आहे असं सांगेल ते करू नका. मनाच्या तावडीतून सुटण्याचा हाच एक मार्ग आहे.

प्रश्न

डाकू आणि चाचे हे विद्रोही असतात का? ते तसेच जन्माला येतात की विद्रोही व्यक्तींत त्यांचं रूपांतर होतं? व्याख्येचा कोणता अर्धा भाग ते पूर्ण करतात– नकारात्मक की सकारात्मक?

अभय मेहता, डाकू आणि चाचे हे मुळीच विद्रोही नसतात. ते गुन्हेगार समाजाचा एक भाग असतात. तुमचे तथाकथित राजे आणि सम्राट हे फार मोठे डाकू असतात.

समाज हा शोषण आणि अत्याचार यांवर अवलंबून असतो. काही लोक या गोष्टी शिस्तबद्धपणे करतात, तर काही बेशिस्तपणे करतात. पण त्यांच्या मूलभूत क्रियेत काहीही फरक नसतो. काही व्यक्ती ते कायदेशीरपणे करतात; कारण त्या बुद्धिमान व चतुर असल्यामुळे त्यांना कायदा आपल्या बाजूने वळवता येतो. काही व्यक्ती तितक्या बुद्धिमान आणि चतुर नसतात. त्यांना कायदा आपल्या बाजूने वापरता येत नाही. मग त्यांची निर्भर्त्सना होते. पण अशा व्यक्ती विद्रोही नसतात.

त्यामुळे त्यांचा विद्रोह हा सकारात्मक आहे की नकारात्मक हा प्रश्नच उद्भवू शकत नाही. कारण त्या व्यक्ती मुळी विद्रोही नाहीतच. त्या समाजाला मानतात. समाजाच्या तथाकथित न्यायाला मानतात. कायद्याला मानतात. त्यांना जेव्हा पकडण्यात येतं तेव्हा त्या स्वत:ला गुन्हेगार समजतात. खेळाच्या नियमाविरुद्ध आपण वागलो असं त्यांना वाटतं.

पण खेळाचे नियम तरी कोण ठरवतो? बडे डाकू आणि बडे चाचे. कोण आहेत हे? चेंगीझखान, नादीरशहा, अलेक्झांडर दि ग्रेट, ॲडॉल्फ हिटलर, इवान-दि टेरिबल, जोसेफ स्टॅलिन, बेनिटो मुसोलिनी, रोनाल्ड रीगन.... तुम्ही या सगळ्यांना डाकू, चाचे म्हणणार की नाही? ते लोकांच्या डोळ्यांत धूळ फेकण्याइतके चतुर आहेत, राष्ट्रांवर अधिराज्य गाजविण्याइतके हुशार आहेत, म्हणून त्यांना डाकू म्हणायचं नाही की काय? नेपोलियन बोनापार्ट म्हणायचा– "माझा शब्द हाच कायदा." हे सगळेच लोक तसं मानत असतात की खेळाचे नियम आम्ही ठरवणार.

आणि जो कोणी हे नियम मोडेल तो गुन्हेगार ठरतो, पण तो काही विद्रोही नसतो. तो केवळ एक अनाडी, असंस्कृत माणूस असतो. एक यशस्वी ढोंगी व्यक्ती होण्यासाठी काय करावं लागतं हे फक्त त्याला माहीत नसतं, एवढंच. पण साधासुधा असला तरी त्यालाही महत्त्वाकांक्षा असतात. यशाकडे जाणारे जे रुळलेले मार्ग असतात त्यावरून जाण्याइतकं चातुर्य त्याच्याकडं नसतं इतकंच. मग तो दुसरे जवळचे मार्ग शोधतो. तो चोर होतो. डाकू होतो. सामुद्री लुटारू होतो. यशाचे आणि सत्तेचे हे शॉर्टकट्स असतात. या जवळच्या वाटेने धनलालसा, सत्तालालसा पुऱ्या करून घेता येतात.

आणि अशा बड्या बड्या डाकूंचे, लुटारूंचे जे वारस असतात, तेच राजे आणि राण्या होतात. त्यांचीच राजघराणी होतात. जगातलं सगळं राजशाही रक्त डाकू आणि दरोडेखोरांचं असतं. सगळ्या राजघराण्यांच्या मुळाशी गुन्हेगार असतात. असे गुन्हेगार की, ज्यांना पैसा, जमीन आणि सत्ता बळकावता आली.

विद्रोही हा या सगळ्या खेळाच्याच विरोधात असतो. तो नियमांच्या विरोधात नसतो. सगळा खेळच गुन्हेगारी स्वरूपाचा आहे आणि सगळा समाज अजूनही रानटी आहे, सुसंस्कृत वगैरे नाही असं त्याचं मत असतं.

तू सुद्धा विचारत आहेस की, 'डाकू, आणि चाचे हे तसेच जन्माला येतात, की विद्रोही व्यक्तीत त्यांचं रूपांतर होतं?'

पहिली गोष्ट म्हणजे ते विद्रोही आहेत हेच मी मानत नाही. पण ते जे कुणी असतील त्या पद्धतीनंच ते जन्माला येतात. त्यांच्या जन्मातच त्यांच्या त्या विशिष्ट वृत्तीची बीजं असतात.

जीवरसायनशास्त्राच्या अत्याधुनिक संशोधनातून हे स्पष्ट झालेलं आहे की, गुन्हेगाराला शिक्षा करणं ही गोष्ट अशास्त्रीय आहे. गुन्हेगार हा स्वेच्छेनं गुन्हेगार नसतो. त्याचं रसायनच तसं असतं. ते त्याच्या जीन्समध्येच असतं. त्या बाबतीत तो काहीही करू शकत नाही. तो तसाच जन्माला आलेला असतो. शिक्षेमुळे त्याच्यात काहीही बदल होणार नसतो.

सर्व प्रकारच्या शिक्षा किती विफल ठरतात याला इतिहास साक्षीदार आहे. शिक्षेमुळे कोणतीही व्यक्ती परिवर्तित झालेली नाही. होत नाही. उलट घडतं काय तर तुरुंग म्हणजे गुन्ह्याची विद्यापीठं होऊन बसतात. नवशिके, हौशी गुन्हेगार तुरुंगातून बाहेर येताना अट्टल बनून येतात. पदवीधर बनून येतात. कारण तुम्ही दिलेल्या शिक्षेमुळे त्यांना अनुभवी, बनचुक्या गुन्हेगारांचा सहवास मिळतो.

तुरुंगातलं संपूर्ण वातावरण एकच गोष्ट पुनःपुन्हा सांगत असतं की, गुन्हा करणं हा गुन्हा नाही. तर पकडलं जाणं हा गुन्हा आहे. तेव्हा पकडले न जाता गुन्हा कसा शिताफीने करायचा याची कला शिकून घ्या. मग गुन्हेगार असलात तरी काही

बिघडत नाही.

आपली सगळी न्यायव्यवस्था म्हणजे एक अन्याय व्यवस्था आहे. शिक्षा देऊन लोकांना सुधारायची कल्पनाच मुळी मूर्ख आणि असंभाव्य आहे. तिला ना तर्काची बैठक आहे ना शास्त्राची.

खरं म्हणजे गुन्हेगाराला इस्पितळात ठेवायची गरज आहे किंवा मानसविदाकडे नेण्याची गरज आहे. त्याच्या बाबतीत करुणा दाखविण्याची गरज आहे. त्याच्यावर उपचार करण्याची गरज आहे. शिक्षेची नाही. शिक्षा म्हणजे दुसरं-तिसरं काही नाही, तर समाजाने उगवलेला सूड आहे. समाजाच्या विरुद्ध जाऊन समाजाचे नियम न पाळता जो स्वत:चे नियम बनवू पाहतो त्याच्यावर समाजाने उगवलेला सूड!

कायदा आणि न्याय या क्षेत्रांतल्या अधिकारी व्यक्ती सातत्यानं काय सांगत असतात, तर 'तुम्ही कायदा आपल्या हातात घेऊ नका.' आणि कायदा हातात घेण्याचा अधिकार त्यांना कोणी दिला? फक्त गर्दी त्यांच्याबरोबर आहे म्हणून..... आणि गर्दी ही नेहमीच भित्रटांनी आणि पोचटांनी बनलेली असते. गर्दीला बलिष्ठांपासून आपलं रक्षण करायचं असतं. त्यासाठीच त्यांची हातमिळवणी असते, आणि त्यातून एक प्रचंड शक्ती उभी राहते.

दरोडेखोर खरं तर शक्तिमान आणि स्वाभिमानी लोक असतात. तुमचे सेनापती, तुमचे न्यायाधीश एकेकट्याने त्यांचा सामना कधीच करू शकणार नाहीत. भित्रटांचा जथा त्यांच्या पाठीशी असतो म्हणूनच त्यांच्या हातात सत्ता असते. शस्त्रास्त्रे, तुरुंग, पोलिस, सैन्य त्यांच्या पाठीशी असतं, म्हणून तर समाजाविरुद्ध जाण्याची हिम्मत दाखविणाऱ्या एखाद्या स्वाभिमानी आणि शक्तिशाली व्यक्तीला एखादा दुबळा न्यायाधीशही शिक्षा ठोठावू शकतो. ती व्यक्ती स्वत:चे नियम वापरून खेळ खेळायचा प्रयत्न करत असते. पण ती खेळाच्या विरोधात नसते हे लक्षात घ्या.

विद्रोही मात्र खेळाच्याच विरोधात असतो. शोषणाचा खेळ, सहस्त्रावधी लोकांना गुलाम बनविण्याचा खेळ, त्यांना दारिद्र्यात खितपत ठेवण्याचा खेळ, मूठभर लोकांच्या हातात सगळा पैसा जमविण्याचा खेळ.

हल्लीच कुणीतरी मला सांगत होतं की, भारतात केवळ पंधरा व्यक्ती श्रीमंत आहेत. इतक्या प्रचंड लोकसंख्येच्या देशात फक्त पंधरा व्यक्ती श्रीमंत असतील तर नक्कीच त्या दरोरडेखोर आहेत, लुटारू आहेत, गुन्हेगार आहेत.

पण त्या व्यक्ती आदरणीय मानल्या जातात. त्यांना पारितोषिकं मिळतात. त्यांनी सदैव नियमांचं पालन केलेलं असतं. कारण प्रत्येक नियमात असणाऱ्या पळवाटा कशा वापरायच्या हे शिकविणारे कायदेतज्ज्ञ त्यांच्या पदरी असतात. राजकारण्यांना विकत घेता येईल इतका पैसा त्यांच्याजवळ असतो. कोणताही

सरकारी अधिकारी विकत घेता येतो. फक्त त्याची योग्य किंमत माहीत असायला हवी.

लहानपणी मी ऐकलं होतं की गुलामगिरीचा नि:पात झालेला आहे. पण पुढं मला आढळून आलं की ही एक कपोलकल्पित गोष्ट आहे. कारण गुलामगिरीचं अस्तित्व तर आहेच आहे. कारण तुम्ही कोणालाही विकत घेऊ शकता. देशाचा पंतप्रधानसुद्धा विकाऊ असतो. फक्त योग्य ती किंमत आणि योग्य तो दलाल तुम्हांला माहीत हवा. बाजारात प्रत्येकजण विक्रीला आहे. उघड उघड नसला तरी मागच्या दाराने.

विद्रोही मात्र या घाणेरड्या खेळाशी कसलाही संबंध ठेवू इच्छित नाही. मानवजातीच्या संपूर्ण भूतकाळापासून त्याला संबंध तोडायचा असतो. त्याला एक नवीन जीवनपद्धती हवी असते. ज्या ठिकाणी शोषण नसेल! गरीब नसतील, श्रीमंतही नसतील, विनिमयाचं साधन म्हणून पैसाच नसेल, जिथं कोणीही श्रेष्ठ नसेल आणि कोणीही कनिष्ठ नसेल. जिथं सरकारची किंवा न्यायालयाची किंवा सैन्याची आणि राष्ट्रांची गरजच राहणार नाही असं जीवन विद्रोही व्यक्तीला हवं असतं.

जर कोणी चोर असेल आणि चोरी करताना पकडला गेला तर त्याला रुग्ण समजून त्याच्यावर करुणा दाखविली पाहिजे. त्याला पुन्हा ताळ्यावर येण्यासाठी योग्य ते इंजेक्शन दिलं पाहिजे. जेव्हा एखादा खुनी किंवा बलात्कारी खुनाच्या किंवा बलात्काराच्या ऊर्मीनं पछाडला जाईल तेव्हा त्यांना ते कळलं पाहिजे आणि तज्ज्ञ व्यक्तीकडे जाऊन त्यांनी सांगितलं पाहिजे की, ''माझ्यात काय बिघाड झालाय ते पहा. मला खुनाची प्रचंड उबळ येत आहे.''

बलात्कारी व्यक्तीत इतर माणसांपेक्षा अधिक पुरुषी हार्मोन्स असतात असं आढळून आलंय. एकदा या हार्मोन्सनी त्यांचा ताबा घेतला की, त्या वेड्यासारख्या वागतात. तो त्यांचा अपराध नसतो.

वास्तविक योग्य प्रकारच्या सुसंस्कृत समाजात प्रत्येक बाळाची तपासणी व्हायला हवी. तेथे प्रत्येक बाब सुनियंत्रित आहे की नाही याची शहानिशा व्हायला हवी. शाळेतही प्रत्येक वर्षी ही तपासणी व्हायला हवी. ती व्यक्ती विद्यापीठातून बाहेर पडेल तेव्हा एक समतोल मनाने आयुष्य जगायला समर्थ व्यक्ती अशी बाहेर पडेल. मग तिला गुन्हा करण्याची इच्छाच होणार नाही. हे जे मी सांगतोय ते वैज्ञानिक वास्तव आहे. मी तत्त्वज्ञानाचा उपाय नाही सुचवत.

अभय मेहता, सॉरी. मी तू विचारलेल्या कोणत्याही गोष्टीशी सहमत नाही, कारण तुझा सगळा प्रश्नच गैरसमजावर आधारलेला आहे.

आयरीश लेखक जॉर्ज मूर ऐंशी वर्षांचा झाला तेव्हा त्याला त्याच्या दीर्घायुष्याचं

रहस्य काय, असं कुणीतरी विचारलं. तो म्हणाला, 'मी कधीही धूम्रपान केलं नाही, की मद्यपान केलं नाही की तरुणीला स्पर्श केला नाही. कुठपर्यंत? तर दहा वर्षांचा होईपर्यंत!'

गैरसमज करून घेणं हे अगदी सोपं असतं. विशेषत: माझ्या विद्रोह्याच्या कल्पनेबद्दल तर अनेक प्रकारे गैरसमज होऊ शकतात. कारण माझा विद्रोही हा जुन्या अर्थाप्रमाणे एक क्रांतिकारक नाही. तो एखादी राजकीय व्यक्ती नाही. तो सगळ्या कुरूप राजकारणाच्या विरोधात उभा राहणारा आहे. त्याच्यासारखा आजवर कोणी झालेला नाही.

माझा विद्रोही एक राजकारणी नाही. कारण सर्व क्रांत्या अपयशी ठरलेल्या आहेत. सरकार बदलून समाज बदलण्याचे सगळे प्रयत्न फोल ठरले आहेत. कारण एकदा लोकांच्या हातात सत्ता आली की त्यांनी समाजात बदल करण्याऐवजी सत्ता त्यांच्यातच बदल घडवून आणते आणि हे इतक्या असंख्य वेळा घडलेलं आहे की अपवाद म्हणून त्याकडं दुर्लक्ष नाही करता येणार. तो नियमच होऊन बसलेला आहे.

इथं भारतात काय घडलं? स्वातंत्र्यासाठी देशानं लढा दिला. भगतसिंग, सुभाषचंद्र बोस यांच्यासारखे हजारो सुपुत्र गमावले. एक मोठं स्वप्न होतं त्यांचं की स्वातंत्र्य आलं की लोक सुखी होतील. ही आशा चुकीची पण म्हणता येणार नाही कारण त्या क्रांतीचं नेतृत्व महात्मा गांधींसारख्या व्यक्तीनं केलं. अशी व्यक्ती की जिला लोकांनी संत मानलं. देवासारखी तिची पूजा केली.

स्वातंत्र्य मिळाल्यावर काय झालं? ज्यांना गांधीजींनी तयार केलं होतं त्या साध्यासुध्या, निरागस वाटणाऱ्या नेत्यांचं काय झालं? लोकांना वाटत होतं की, किमान यांना तरी सत्ता भ्रष्ट करणार नाही. पण त्या सगळ्या गांधीभक्तांना सत्तेनं भ्रष्ट केलंच. स्वातंत्र्याचं रूपांतर वैफल्यात झालं आणि हे वैफल्य दर दिवशी आणखी गडद होत चाललंय. रात्र आणखी काळोखी होत चाललीय. प्रत्येकाच्या अंत:करणात एकच प्रश्न निर्माण होतोय– ''ज्यासाठी हजारो लोक लढले आणि हुतात्मा झाले ते हेच का स्वातंत्र्य? ज्याच्यामुळे सुखाचा वर्षाव होईल अशी आशा बाळगली होती ते हेच का स्वातंत्र्य?''

स्वातंत्र्यामुळे काहीच झालेलं नाही. काहीच मिळालेलं नाही. मिळालंय काय? तर, आणखी दैन्य, आणखी गरिबी, आणखी अनैतिकता, आणखी भ्रष्ट नोकरशाही, घाणेरडं राजकारण! किती विचित्र प्रकारची क्रांती आहे ही. पण सगळ्या क्रांत्यांनी हेच केलंय.

विद्रोही हा क्रांतिकारक नसतो. सरकार बदलून समाज बदलता येतो, याच्यावर त्याचा विश्वास नसतो. स्वत:ला बदलवण्यावर, व्यक्तीला बदलवण्यावर आणि

एका ज्योतीने दुसरी ज्योत प्रज्वलित करण्यावर त्याचा विश्वास असतो.

व्यक्तींमध्ये बदल घडून आल्याखेरीज सरकारमध्ये बदल घडून येणे अशक्य आहे. खूप वेळा प्रयत्न करून पाहिला आपण. सोविएत युनियनमध्ये, फ्रान्समध्ये, चीनमध्ये, भारतामध्ये– पण समाज नाही बदलला.

विद्रोह्याचा विश्वास पार मुळापासून बदलण्यावर असतो.

त्याचा लढा हा केवळ राजकीय लढा नसतो. तो बहुमितीय असा लढा असतो. त्याला सडलेल्या रूढींशी लढायचं असतं, अंधश्रद्ध धर्मांशी लढायचं असतं, घाणेरड्या राजकारणाशी लढायचं असतं, कुरूप शिक्षणसंस्थांशी लढायचं असतं.

त्याला नव्या मानवाची निर्मिती करायची असते. नवा मानव– ध्यान करणारा, शांत, प्रेमळ, समंजस, शहाणा आणि एखाद्या वणव्याप्रमाणे सगळीकडे पसरणारा. वर्षानुवर्षे दैन्यात जगत आलेल्या लोकांमध्ये परिवर्तन घडवून आणण्याची वेळ आली आहे यावर त्याची श्रद्धा असते. हे परिवर्तन बाहेरून येणार नाही तर ते आतूनच येईल.

प्रश्न

कागदावर खूप काही खरडून-खोडून-गिजबिज करून मी एक प्रश्न विचारायचा प्रयत्न केला की, एखादी गोष्ट उमजणं म्हणजे काय, पण मग मी माझ्याच मनात अडकले. मला हे कळेना की आपण सगळ्या भावभावना, विचार-विकार जाणतो, त्यांना संज्ञाही देतो, पण एखादा प्रश्न विचारताना सगळं कमी पडतं हे कसं काय? 'उमजणं' म्हणजे काय? मन आणि उमजणं या गोष्टी विद्रोही चैतन्याला सहाय्यभूत ठरतात काय? मन आणि अंत:करण हे खरोखरच एकत्र काम करू शकतात का?

प्रेमरत्ना, पहिलं म्हणजे उमजणं हे मनाचं कधीच नसतं. उमजणं हे नेहमी त्याच्या पलीकडच्या प्रदेशातून येत असतं. मन केवळ एक तंत्र आहे. वैज्ञानिक भाषेत बोलायचं तर मन म्हणजे केवळ एक जैव संगणक आहे. संगणक हा अत्यंत कार्यक्षम असतो. पण त्यासाठी तुम्हांला हवी असलेली सगळी माहिती आधी त्याला 'फीड' करावी लागते. मगच त्या माहितीच्या संदर्भात एखादा प्रश्न तुम्ही संगणकाला विचारू शकता. पण आधी फीड केलेल्या माहितीव्यतिरिक्त एखादा प्रश्न जर तुम्ही विचारलात तर संगणक निष्प्रभ होऊन जातो. तो म्हणजे एक स्मरण असतो. प्रज्ञा नसते काही ती.

मन हे एक जैव संगणक आहे. गुंतागुंतीचा संगणक. एखाद्या सर्वसाधारण

माणसाचा मेंदू जगातल्या कोणत्याही उत्कृष्ट संगणकापेक्षा कितीतरी पटीने सरस असतो.

एखाद्या बुद्धिमान माणसाचं मन कितीही माहिती आपल्यामध्ये साठवू शकतं. अगदी जगातल्या सगळ्या ग्रंथालयांमधील ज्ञान. ते तर अनंत असतं. पण मनाला स्वत:ची म्हणून प्रज्ञा नसते. ती केवळ एक स्मरणव्यवस्था असते. तुम्ही त्याच्यात माहिती भरा. ती माहिती ते तुमच्यासाठी सदैव तयार ठेवील. जेव्हा हवी असेल तेव्हा हजर करील.

प्रज्ञा ही अस्तित्वगत असते. प्रज्ञा ही आत्म्याची असते. म्हणूनच ध्यान करणारा माणूस समंजस बनतो. गोष्टी त्याला उमजायला लागतात. त्याच्याकडे फारशी माहिती असणार नाही. तो फारसा विद्वान असणार नाही. पण त्याच्या प्रतिक्रियांमधून प्रज्ञेचा प्रकाश दिसेल. छोट्या छोट्या बाबतीतही समंजसपणा दिसेल. उमजणं दिसेल.

मी एका झेन गुरूबद्दल ऐकलं आहे. जपानचा सम्राट त्याला भेटायला गेला. मोठ्या सौजन्यानं झुकून त्यानं विचारलं, ''मला एक प्रश्न विचारायचा आहे. नरक असतो का आणि स्वर्ग असतो का? की पुरोहितांनी बनवलेल्या या भाकड कथा आहेत?''

झेन गुरूने सम्राटाच्या नजरेला नजर भिडवत म्हटलं, ''मूर्ख कुठचा! युगानुयुगांच्या ज्ञानावर अविश्वास दाखवतोस? एखाद्या बुद्ध व्यक्तीशी वागायचं कसं हे शिकून घे आधी. ही काय प्रश्न विचारायची पद्धत झाली?''

सम्राटाचा जे घडतंय त्यावर विश्वासच बसेना. आयुष्यात कोणीही त्याला मूर्ख म्हटलं नव्हतं. झेन गुरूने इतकं उखडावं, असं सम्राटानं काही केलंही नव्हतं. मोठा योद्धा होता तो. त्याला झेन गुरूची ती भाषा सहन झाली नाही. शेवटी तो कुणी ऐरागैरा नव्हता. एक सम्राट होता. त्याने आपली तलवार उपसली आणि तो गुरूचा शिरच्छेद करणार तोच गुरू मोठमोठ्याने हसत म्हणाला, ''ही बघ नरकाची दारं उघडत आहेत!''

सम्राट थबकला. त्याला गुरूंच्या बोलण्याचा अर्थ समजला. त्यानं त्याच्या प्रश्नाचं उत्तर दिलं होतं.

पण गुरू हा विद्वान असत नाही. त्याचा विश्वास प्रत्यक्ष परिस्थितीवर असतो. नरकाचा रस्ता दाखविणारी एक परिस्थिती गुरूने निर्माण केली.

सम्राटाने पुनश्च आपली तलवार म्यानात सरकवली. तेव्हा गुरू म्हणाला, ''ही पहा स्वर्गाची दारं उघडत आहेत!''

क्षणभर विलक्षण शांतता पसरली. गुरूनं विचारलं, ''तुला आणखी काही विचारायचं आहे का? तुझ्या प्रश्नाचं उत्तर मी बरोबर दिलं का?''

सम्राटाने त्याचे पाय धरले आणि तो म्हणाला, "आजवर अनेकांना मी हाच प्रश्न विचारला. मोठ्या पंडितांना, विद्वानांना, प्राध्यापकांना. त्या सगळ्यांनी नाना तऱ्हा सांगितल्या मला. उलटसुलट युक्तिवाद केले. वेदपुराणातले दाखले दिले. पण कोणीही मला पटेल असं उत्तर दिलं नाही. आणि तुम्ही एक शब्दही बोलला नाहीत, पण माझा प्रश्नच तुम्ही लोपवून टाकलात."

त्यावर गुरू म्हणाला, "कोणत्याच प्रश्नाचं उत्तर देता येत नसतं. ते उमजण्याच्या दृष्टीनं काही प्रयत्न करता येतात. मी फक्त तुझ्या उमजण्याला चालना दिली. एक क्षणभर तू तुझ्या मनात नव्हतास. हा क्षण चांगला लक्षात ठेव. हा क्षण ही मोकळी जागा. ही पुन: पुन्हा आण. कारण याच जागेतून उमजण्याचा प्रवाह उगम पावतो."

ध्यान हा उमजण्याचा स्रोत आहे. मन म्हणजे माहिती आणि ज्ञान यांचा निव्वळ संग्रह.

प्रेमरत्ना, तू दुसरं असं विचारलं आहेस की एखादा प्रश्न तयार करताना सगळं कमी कसं पडतं?... कारण सगळे प्रश्न मनात, मनाकडून आणि भाषेत तयार केले जातात.

पण अस्सल प्रश्न तुमच्या आतून येतात, शांततेतून येतात.

शब्दांविना केलेली कुजबूज असते ती. मनाला त्याचं भाषांतर शब्दांत करणं शक्य नसतं. म्हणून जेव्हा तुम्ही प्रश्न लिहायला सुरुवात करता तेव्हा तो पुन:पुन्हा खोडावा, फाडावा लागतो. आपल्याला भावत असलेला तो हा प्रश्न नव्हे, असं वाटत राहतं.

हे तुझ्याच बाबतीत होतं असं नाही. प्रत्येकाच्या बाबतीत होतं. तुमच्या आतल्या चैतन्याच्याकडून कोणताही प्रश्न पसंत केला जात नाही. कारण तिथं जे काही निर्माण होतं ते शब्दातीत असतं. भाषेच्या बाहेरचं असतं. मनाच्या पलीकडचं असतं.

साहजिकच, 'मग काय करायचं?' असं तू विचारशील, तर तुला एक सवय लावून घ्यावी लागेल-नि:शब्दतेत प्रश्न विचारण्याची आणि नि:शब्दतेत उत्तर ऐकण्याची. तुला विचारायला नको आणि मला उत्तर द्यायला नको.

आणि तुला उत्तर मिळेल.

आणि प्रश्न नाहीसा होईल.

तुमच्या प्रश्नांची उत्तरं देणं हे गुरूचं काम नाही, तर तुमचे सगळे प्रश्न वितळून जातील अशी परिस्थिती निर्माण करणं हे गुरूचं काम आहे. प्रश्नाखेरीज असलेला जो सुंदर अवकाश असतो तेच उत्तर असतं.

तू तिसरं असं विचारलं आहेस की, मन आणि अंत:करण हे खरोखर एकत्र काम करू शकतात का? ते एकत्र काम करू शकतात. पण ती एक फार मोठी

कला आहे. त्यासाठी तुम्हांला एक विशिष्ट शिस्त शिकावी लागेल. आहेत त्या अवस्थेत ते परस्परापांसून फार दूर आहेत. त्यांची भाषा भिन्न आहे. मन शब्दांनी, विचारांनी बोलतं, अंत:करण भावनांनी, भावावस्थांनी नि:शब्दपणे बोलतं. त्यांना एकत्र आणणं, त्यांच्यात एक पूल बांधून त्यांना सुसंवादाने एकत्र काम करायला लावणं ही एक कला आहे.

तुमचं मन आणि अंत:करण यातला पूल ध्यानच बनू शकतं. एकीकडून ते मनाशी संवाद साधू शकतं, तर दुसरीकडून त्याला अंत:करणाशीही संवाद साधता येतो. सारखी भाषा बोलू न शकणाऱ्या दोन केंद्रांमध्ये ते एका दुभाष्याचं काम करतं.

पण ही फार सूक्ष्म कला आहे. फार थोड्या जणांना ती साधलेली आहे. काही थोडे कवी, काही थोडे संगीतकार, काही थोडे संन्यासी. संगीतकार हे या कलेच्या सर्वांत जवळ असतात. कारण ते शब्दांऐवजी संगीताची भाषा बोलतात.

पण सगळ्यांत सोपा मार्ग ध्यानाचा आहे. ध्यानात अनुभवायला मिळणाऱ्या निखळ नि:शब्दतेतच त्यांचा संवाद साधू शकतो. पण ही कला फार सूक्ष्म आहे. हे लक्षात ठेवा.

मला एक गोष्ट आठवते आहे. जपानचे तीन श्रेष्ठ असे तलवारबहाद्दर एका स्पर्धेसाठी पवित्रा घेऊन तयार उभे होते. प्रचंड गर्दी जमली होती. सम्राट वु ची मान इशाऱ्यासाठी हलते आणि एक हुजऱ्या एका छोट्याशा डबीतून एक माशी उडवतो. डोळ्याचं पातं लवतं न लवतं तोच पहिला सामुराई त्या माशीचे दोन तुकडे करतो. टाळ्यांचा कडकडाट! दुसरा सामुराई दुसऱ्या माशीचे तलवारीच्या सपकाऱ्याने चार तुकडे करतो. लोक खूश होतात. आता तिसऱ्याची पाळी. माशी उडताच तिसऱ्या सामुराईची तलवार सरसावली, पण माशीचा गूँ गूँ... आवाज चालूच. माशी उडून जाते. संतापलेल्या सम्राटाला त्या सामुराईने दिलेले उत्तर- "महाराज, ती माशी उडून गेली खरी, पण त्या नरमाशीला पुन्हा कधीच संभोग करता येणार नाही!"

❀

२

इथं तुम्ही येता
ते करमणुकीसाठी नाही

केवळ ऐकण्यासाठी
तुम्ही इथं नाही आहात
स्वत:मध्ये एक परिवर्तन
घडवावंच लागेल तुम्हांला इथं
एक अग्निपरीक्षा द्यावी लागेल.
तरच सगळं हीण जळून जाईल
आणि
तुमचा पुन्हा एकदा जन्म होईल.
नवा... ताजातवाना.

प्रिय ओशो,

माझे पती तुमच्यावर अत्यंत नाराज आहेत. ते तुमच्या संन्याशांवर आणि माझ्यावरही नाराज आहेत. कारण मी सगळ्या मर्यादा ओलांडल्या. ते माझ्याबरोबर आश्रमात येतात, पण तुमचं बोलणं ऐकायची कल्पना त्यांना आवडत नाही. ते मंदिराच्या दारापर्यंत येतात- पण कधीही आतला जिता- जागता देव पाहावासा नाही वाटत त्यांना. गुरुदेव, त्यांना आडकाठी करणारं ते काय आहे?

योगशुक्ला, तू विचारलेला प्रश्न वरवर साधा वाटत असला तरी तो फार गुंतागुंतीचा आहे. पहिली गोष्ट म्हणजे हा प्रश्न तुझ्या पतीशी व्यक्तिगतपणे निगडित नाही. तो भारतीय मनोवृत्तीशी निगडित आहे. भारतीय मन जगामध्ये सर्वांत जुनाट असं मन आहे. त्यामुळे ते सर्वांत जास्त सडलेलं असणार हे ओघानं आलंच. ते केव्हाच मरून गेलेलं आहे. बंद पडलेलं आहे. काम करायचं विसरून गेलंय ते.

प्रज्ञेच्या बाबतीत विचार केला तर भारताचं मानवतेला जे योगदान आहे ते फार मर्यादित आहे. तसे काही गूढवादी होऊन गेले; पण ते सुद्धा सर्जनशील नसलेले, विद्रोही नसलेले असे होते. त्यांनी मनाच्या सडलेपणावर, मृतावस्थेवर कधीच प्रहार केला नाही, उलट त्यांनी त्याला बळकटीच दिली. आणि त्यामुळे या देशाची बुद्धिमत्ता षंढ ठरली जगापुढे. तिनं काहीही शोधून काढलं नाही. जगाला कसलीही वैज्ञानिक दृष्टी दिली नाही. तिची बैठक कधीच तार्किक नव्हती, तर ती अंधश्रद्धेची होती.

सर्वांत आश्चर्याची गोष्ट म्हणजे इथं गौतम बुद्ध, महावीर, पतंजली, गोरा, कबीर यांच्यासारखे-बुद्ध पुरुष होऊन गेले, पण दुर्दैवाने– मी दुर्दैवाने म्हणतो, कारण भारतातल्या बुद्धिमत्तेनं या थोर पुरुषांची केवळ पूजा केली, त्यांची अंतर्दृष्टी घेतली नाही. आणि पूजा करणं हा प्रकार कशापासून तरी दूर जाण्याची एक पळवाट असते. तुम्ही पूजा करता म्हणजे म्हणता, हे माझ्या पलीकडचं आहे. अलौकिक आहे. मी तर काय सामान्य व्यक्ती. मी केवळ याची पूजाच करू शकतो, पण गौतम बुद्धासारखा अनुभव आपणही घेऊन पाहावा असं आव्हान

कोणीच स्वीकारून पाहिलं नाही.

तसा प्रत्येक जण अध्यात्माबद्दल बोलत असतो. कोणाला वाटेल की हा सगळा देश आध्यात्मिक आहे. पण अशी स्थिती बिलकूल नाही. मी जगभर फिरलोय म्हणून सांगतो, या देशापेक्षा अधिक भौतिकवादी देश मला आढळलेला नाही. हा देश देवाबद्दल, आत्म्याबद्दल भरपूर बडबड करतो. पण आतून तो पैशाची पूजा करतो. प्रतिष्ठेची, सत्तेची पूजा करतो. पण त्याच्या चेहऱ्यावर एक प्राचीन भारदस्त मुखवटा आहे. तो मूळ चेहऱ्याला इतका डसून बसलाय की मुखवटा आहे हे कळूच नये.

पोपटासारखे लोक अध्यात्माबद्दल, वेदांबद्दल, उपनिषदांबद्दल वटवट करत असतात. काही समजो वा न समजो. माया, ब्रह्म, साक्षात्कार असे शब्द प्रत्येकाच्या जिभेवर आहेत. निव्वळ ढोंगीपणा.

या ढोंगीपणामुळेच तुझा पती माझं काही ऐकत नाही, त्यानं माझं काही वाचलेलंही नसावं. त्याला माझ्याबद्दल काहीच माहिती नाही. तो फक्त माझ्यावर प्रचंड वैतागलेला आहे.

जे लोक मला मुळीच ओळखत नाहीत तेच माझ्यावर वैतागलेले असतात. त्यांना एवढं सुद्धा कळत नाही की कुणावर वैतागण्याआधी त्याला एक संधी तरी देऊन पाहावी स्पष्टीकरण देण्याची. पण त्यांना माझं बोलणं ऐकण्याची भीती वाटतं. माझ्या जवळ येण्याची भीती वाटते. या मंदिरात प्रवेश करायला ते घाबरतात.

कारण एकदा का त्यांनी इथं प्रवेश केला की त्यांचा वैताग, त्यांचा विरोध गळून पडणार आहे, हे त्यांना माहीत आहे. त्यांना आपला अहंकार सोडून द्यावा लागणार आहे, आपलं अज्ञान स्वीकारावं लागणार आहे- आणि याचाच त्यांना त्रास होतोय.

त्यांच्या मनात खोलवर हीच भीती आहे की माझं बोलणं त्यांना कदाचित पटेल. त्यापेक्षा न ऐकलेलंच बरं. जवळ न आलेलंच बरं. आपलं षंढ ज्ञान जपण्यासाठी ते माझं बोलणं ऐकत नाहीत.

हा देश इतका मृतवत झालेला आहे आणि बदलाची इतकी भीती बाळगणारा आहे की शतकानुशतके त्याच त्या अंधश्रद्धा कवटाळून तो जगतोय. कोणी कसलाही प्रश्न विचारत नाही. कोणी कसलाही पुरावा मागत नाही. या देशाच्या इतिहासात विद्रोहाचा मागमूस नाही. सगळे कसे गुलाम बनायला एका पायावर तयार!

आध्यात्मिक क्षेत्रातले गुलाम, सामाजिक, राजकीय क्षेत्रातले गुलाम. मानसिक पातळीवरचे गुलाम. दोन हजार वर्षे हा देश गुलामगिरीत रखडत होता. ती सुद्धा लहानसहान टोळ्यांची गुलामगिरी. किती आश्चर्याची गोष्ट आहे ही. हा देश सहज

त्या टोळ्यांचा नि:पात करू शकला असता, पण नाही; या देशानं प्रत्येक गोष्ट निमूटपणानं स्वीकारली. का? तर बदल नको म्हणून. बदल ही यांच्या मनातली सर्वांत मोठी भीती असावी.

जसं आहे तसं राहण्यात सुख असतं. हजारो वर्षं लोकांच्या मनावर हेच बिंबवण्यात आलंय की कोणी काही वेगळं, नवीन बोलत असेल तर ऐकू नका. कारण ते बोलणं तुम्हांला चुकून पटलं वगैरे तर बदल करण्याची वेळ येईल!

हा देश म्हणजे एक घाणेरडं डबकं झालंय. नदीसारखा नाही राहिला हा देश आता. नव्यानव्या प्रदेशात वाहत राहून, केवळ त्या वाहण्यामुळेच निर्मळ होत राहणारी नदी कुठे आणि वाहणं थांबवून बसलेलं डबकं कुठे.

तुझा पती माझ्यावर का नाराज आहे, हे त्यालाच विचार. मी त्याला कधी दुखवलं की कधी त्याचा अपमान केला. आता त्याला वाटत असेल की माझं सांगणं चुकीचं आहे, तर ते न ऐकताच त्यानं हे कसं काय ठरवलं? तो माझं ऐकून घ्यायलाच जर का तयार नसेल, तर तो त्याच्या आत्म्याचा षंढपणा आहे.

एक जुनी गोष्ट आहे. एका माणसाचं नाव घंटाकर्ण पडलं होतं. तो आपल्या दोन्ही कानांना दोन मोठ्या घंटा टांगून ठेवायचा म्हणून त्याचं नाव पडलं घंटाकर्ण. तो वावरायला लागला की त्या घंटा सतत वाजायच्या. मग त्याला दुसरं काही ऐकू यायचं नाही.

हा माणूस मला सगळ्या भारतीयांचा प्रतिनिधी वाटतो. सगळे भारतीय 'घंटाकर्ण' आहेत. विशेष करून तुझा नवरा.

तू म्हणतेस की तो तुझ्यावर, संन्याशांवर आणि माझ्यावर फारच नाराज आहे. कारण तू सगळ्या मर्यादा ओलांडल्यास. भारतीय नवऱ्याला बायको म्हणजे मालकीची वस्तू वाटत असते. तो तिला एक व्यक्ती म्हणून कधीच मान देत नाही. तो मालक आणि बायको म्हणजे त्याची मालमत्ता. विकत घेतलेली एक वस्तू, या देशातली लग्नसंस्था म्हणजे एक कायम स्वरूपाचा वेश्याव्यवसाय आहे. दुसरं काही नाही.

तो तुझ्यावर नाराज आहे, हे अगदी स्वाभाविक आहे. कारण तू त्याच्याहून जास्त बुद्धिमान, जास्त हिंमतबाज आहेस हे सिद्ध करून दाखवलंस. तू आपलं नातं, आपलं भविष्य सारं पणाला लावलंस. तू त्याच्याही पुढं गेलीस. तो तुझ्यापुढं अगदी खुजा ठरला. तो नाराज होणारच.

भारतीय नवरे बायकांना एक मालकीची वस्तू समजतात. एवढंच नाही, तर बायकांना आपली पतिनिष्ठा सिद्धही करून दाखवायला लागते. पती मालक आहे. त्याला काही सिद्ध करून दाखवायची गरज नाही.

तेव्हा तुझा नवरा वैतागला यात काही नवीन नाही, पण तू आता हे आव्हान

म्हणून स्वीकारायला हवंस. तू त्याला म्हण, ''तुम्हांला ते आवडत नाहीत याची कारणं सांगा. एक पुरुष म्हणून जर काही धाडस तुमच्यात असेल तर या मंदिराच्या आत या. तुमचे प्रश्न विचारा. आपलं म्हणणंच योग्य आहे याची खात्री जोपर्यंत होत नाही तोपर्यंत उगीचच नाराज होण्यात काय अर्थ आहे? तुम्हांला माफी मागावी लागेल.''

तू विचारतेस की त्याला आडकाठी करणारं ते काय आहे? त्याला अडवतोय तो त्याचा भारतीय वारसा, त्याचा मरून गेलेला भूतकाळ, त्याचे मृत पूर्वज. तुझ्या पतीच्या खांद्यावर एका प्रचंड पर्वताएवढं ओझं आहे.

तो जर इथं आलाच तर ही काही करमणुकीची जागा नाही. त्याच्या नकळत इथं त्याच्यावर शस्त्रक्रिया होईल. लोकांना त्यांच्या भूतकाळापासून तोडून काढणं, त्यांना विद्रोही बनवणं यासाठीच तर माझा सगळा खटाटोप आहे.

मी तुम्हांला कसल्याही प्रकारची श्रद्धा शिकवत नाही. मी तुम्हांला फक्त सत्याची तीव्र आस देतो. ते सत्य तुमचं तुम्हीच शोधून काढलं पाहिजे. जोपर्यंत ते तुम्हांला शोधता येत नाही, तोपर्यंत तुमचं सगळं ज्ञान म्हणजे निव्वळ ओझं आहे. विष आहे. ते तुमच्या प्रज्ञेचा, तुमच्या आत्म्याचा नायनाट करणारं बल आहे.

पण संपूर्ण देश असा भ्रम उराशी बाळगून आहे की, आम्हीच काय ते अध्यात्मवादी आणि बाकीचं सगळं जग भौतिकवादी. आणि माझं मत विचाराल तर भारतीय हेच सर्वांत जास्त भौतिकवादी आहेत. ते पैशाला असे चिकटून राहतात की जसा काही तो त्यांचा आत्माच आहे. जे जे भौतिक आहे, त्याला त्याला ते चिकटून बसतात. वास्तविक त्यांच्या संत-महात्म्यांनी या आसक्तीचा निषेध केलेला असतो. ते त्या संत-महात्म्यांची पूजा करतात आणि स्वतःची अशी समजूत घालतात की पुढच्या कुठल्या तरी जन्मात जगाचा त्याग वगैरे महान गोष्टी करू. पण या जन्मात मात्र भरपूर मालमत्ता, पैसाअडका जमवू. सत्ता हस्तगत करू आणि त्यांचा अहंकार काय तर आमचा देश अध्यात्मवादी आहे! याचं कारण काय तर या देशात काही बुद्ध पुरुष जन्माला आले.

एखाद्या देशात काही शास्त्रज्ञ जन्माला आले म्हणून तो सगळा देशच काही शास्त्रज्ञांचा होत नाही. एखाद्या देशात काही कवी झाले म्हणून सगळा देश काही काव्यमय होत नाही. हीच बुद्ध पुरुषांच्या बाबतीतही खरी आहे. कुठं चार-दोन फुलं फुलली याचा अर्थ तुम्हीच एक उद्यान झालात असा होत नसतो.

तुम्ही म्हणजे एक वाळवंट आहात. रखरखीत, शुष्क वाळवंट आहात तुम्ही. कसलाही रस नाही तुमच्यात. माझ्यावर तुम्ही नाराज होता कारण मी एखादी बाग, एखादं ओॲसिस निर्माण करायचा प्रयत्न करतोय. मला असे काही लोक तयार करायचे आहेत की ते भौतिकवादाच्या विरोधात न जाता आध्यात्मिक असतील.

अध्यात्मवादी होण्यासाठी भौतिकतेचा धिक्कार केला पाहिजे असं मुळीच नाही. विज्ञानानं आणि तंत्रज्ञानानं उपलब्ध केलेल्या सर्व सुखसोयींचा उपयोग करून घेऊन माणसाला आपली आध्यात्मिक प्रगती करून घेता येते.

इथं तुम्हांला जगातल्या सगळ्या देशांतून आलेले लोक दिसतील. मी माझ्याच देशात परका आहे. इथं भारतीय माणूस क्वचितच सापडेल आणि जरी भारतीय आले तरी ते आत्मशोधासाठी म्हणून येत नाहीत. काही भारतीय इथं वस्तूंची चोरी करायला येतात, तर काही जण आळशीपणानं जगायला मिळेल म्हणून येतात आणि काही न करता ऐषारामाची मागणी करतात. आणि आम्ही केवळ ध्यानासाठी आश्रमात येतो, अशी पत्रं ते मला लिहितात. ठीक आहे. आमची काही हरकत नाही. तुम्ही ध्यान करा खुशाल- पण अन्न मागू नका, कपडे मागू नका, निवारा मागू नका; कारण हे सगळं ध्यानात येत नाही. फक्त ध्यान करा!

आणि कसलं ध्यान करता तुम्ही? तुम्ही ध्यान करायला आलात आणि इतर लोक तुम्हांला घरं पुरवायला, सुखसोयी पुरवायला आले. तुम्ही माझ्या ध्यानात भाग नाहीच घेऊ शकणार. अनेक बाबतीत तुमच्या जुन्या सवयी आणि पूर्वग्रह आड येतील. कारण इथं स्त्रियासुद्धा आहेत. त्यांना पाहून तुम्ही आतल्याआत थरथरायला लागता. भेदरून जाता. त्यातून केवळ तुमच्या दमित वासनाविकारांचं दर्शन होतं.

काही भारतीय इथं अशासाठी येतात की त्यांना वाटतं, इथं स्वैरपणे जगता येईल आणि बाहेरच्या समाजाला त्याचा मागमूस लागणार नाही. भारतीयांच्या इथं येण्यामागे आध्यात्मिक तळमळ कधीच नसते.

किती विचित्र घटना आहे ही. पण यामागे काहीतरी सुप्त कारण आहे आणि ते तर्काला धरून आहे. कारण शतकानुशतके त्यांनी जगाचा निषेध केला. समृद्ध आयुष्याच्या दृष्टीनं काही केलं नाही, सगळा देश दरिद्री आहे.

पस्तीस वर्षांपूर्वी मी भारतीयांना सांगायला लागलो की मुलांना जन्म देत राहण्याचं काम थोडं थांबवा. आता फार झालं. त्या वेळी देशाची लोकसंख्या फक्त चाळीस कोटी होती. पण माझं कोणी ऐकलं नाही. माझ्यावर दगडफेक झाली. माझ्या सभा उधळल्या गेल्या. माझ्यावर खुनी हल्लेसुद्धा झाले. आज देशाची लोकसंख्या बरोबर दुप्पट झाली आहे आणि या शतकाच्या अखेरीस म्हणजे आणखी फक्त तेरा वर्षांनी भारताची लोकसंख्या सगळ्या जगात जास्त असेल! या देशात अणुबॉंबचा स्फोट करण्याची गरज नाही. हा देश अति लोकसंख्येने स्वत:च स्वत:चा नाश करून घेणार आहे.

पण त्यांनी मला विरोध केला. कारण मुलं म्हणजे देवानं दिलेले उपहार. कोणत्याही देवाबद्दल कसलाही पुरावा नाही. आणि जर देवाला थोडी जरी अक्कल असती तर त्याने अशी लोकसंख्या सतत वाढवत ठेवली नसती. देव एक तर

वेडसर असावा, मतिमंद असावा किंवा तो एक भारतीयच असावा!

एका जमीनदाराने एका गरीब शेतकऱ्याच्या तरुण मुलीची इज्जत लुटली. पण त्याला न्यायानं वागायचं होतं म्हणून मुलीच्या आईला बोलावून त्यानं जे घडलं ते सांगितलं. " हे बघा, मी काही तुमच्या मुलीशी लग्न करू शकत नाही. पण मी भरपाई द्यायला तयार आहे. मी मुलाला दरमहा पाच हजार रुपये देईन. तुमच्या मुलीला मी दोन हजार रुपये देईन आणि तुम्हांला पाचशे रुपये ठरवू या." मुलीची आई क्षणभर अवाक् झाली. मग भानावर येत म्हणाली, "देव तुझं भलं करो रे बाबा, पण यदाकदाचित माझ्या मुलीचं पोट पडलं तर तिला आणखी एक संधी देशील ना?"

पैसा हेच सर्वस्व असतं. चारित्र्य वगैरे सगळं ढोंग. तुम्ही ज्यांना संत-महात्मे म्हणता त्यांचीही एक दुसरी बाजू असते.

काही वर्षांपूर्वी कोलकात्याजवळ एक विचित्र दृश्य दिसलं. दोन नग्न साधू मारामारी करत होते. त्यांना पोलिस स्टेशनमध्ये आणण्यात आलं. पोलिसांनी विचारलं, "काय प्रकार काय आहे? तुम्ही अंगावरच्या कपड्यासकट सगळ्याचा त्याग करणारे संन्याशी आणि तुम्ही कशासाठी भांडत होतात?"

ती गुरू-शिष्यांची जोडी होती. शिष्यानं गौप्यस्फोट केला. सगळ्या जैन साधूंकडे एक छोटासा लोकरीचा ब्रश असतो. कुठेही बसण्यापूर्वी ती जागा साफ करण्यासाठी. लोकरीचा ब्रश यासाठी की किडा-मुंगी मरू नये म्हणून. तर या साधूंनी त्या ब्रशचा दांडा पोकळ करून घेतला होता. त्यात ते शंभर रुपयांच्या नोटा ठेवायचे. तर त्या नोटांच्या वाटणीवरून गुरुशिष्यांची जुंपली होती!

कोलकात्याच्या जैनांनी हे प्रकरण दडपून टाकण्याचा प्रयत्न केला. पोलिसांना लाच देऊन भारतात अशा गोष्टी सहज करता येतात. माझ्या एका मित्रानं मला हे कळवलं म्हणजे ज्यांनी सर्वसंगपरित्याग केलेला आहे असे महात्मेसुद्धा जवळ पैसे बाळगतात! आणखी पैशांची हाव धरतात! संतापतात! हाणामारीवर उतरतात!

अगदी विचित्र देश आहे हा. बुद्ध पुरुषांची शिकवण विसरून पुरोहितांच्या मागं लागतात लोक. या पुरोहितांना कसलाही अनुभव नसतो. मूर्ख असतात ते आणि ते सगळे माझ्या विरोधात आहेत. कारण गेली पस्तीस वर्षं मी सतत त्यांचं बिंग फोडतोय.

भारतातले सर्वांत श्रीमंत गृहस्थ जुगलकिशोर बिर्ला. त्यांनी मला एक कोरा चेक देऊ केला. अट एवढीच होती की मी परदेशात फिरून हिंदुत्वाचा प्रचार करायचा. बाकी सगळी व्यवस्था ते करणार. सगळा खर्च देणार वगैरे. मी अर्थातच नकार दिला. म्हटलं, "तुम्ही अगदी चुकीच्या माणसाकडं हा प्रस्ताव आणलात.

मी फार तर हिंदुत्वाचं बिंग फोडीन. मी त्याचा प्रचार कदापि करणार नाही. मला जे योग्य वाटेल, योग्य दिसेल तेच मी बोलणार. जे जे अयोग्य दिसेल त्याचा मी निषेध करणार. मग तो धर्म हिंदू असू दे, इस्लाम असू दे किंवा ख्रिश्चन असू दे. तुमचा कोरा चेक तुम्ही दिसऱ्या कोणासाठी तरी ठेवून द्या.''

सगळे धर्म माझ्यावर उखडलेले आहेत. रागावलेले आहेत. पण त्यांचा हा राग एकच गोष्ट सिद्ध करतो की मी निर्माण केलेल्या प्रश्नांवर त्यांच्याजवळ उत्तरं नाहीत. मी जे काही बोलतो त्याचा प्रतिवाद त्यांना करता येत नाही.

पोप दरवर्षी पुस्तकांची एक काळी यादी तयार करतो. कॅथॉलिक लोकांनी कोणती पुस्तके वाचता कामा नयेत याची यादी असते ती. माझी सगळी पुस्तकं या काळ्या यादीत असतात. एकदा काय झालं इंग्लंडच्या शेल्डन प्रेसनं माझी आठ पुस्तकं छापली. व्यवस्थापकाला माझ्या लिखाणात फार रस होता. पण शेल्डन प्रेस इंग्लंडच्या चर्चचा एक भाग होता हे मला माहीत नव्हतं. ख्रिश्चन धर्माचा प्रचार करण्यासाठी हा प्रेस उभारण्यात आलेला होता. वरकरणी तो स्वतंत्र वाटत असला तरी अंदर की बात वेगळीच होती.

इंग्लंडच्या आर्चबिशपला माझ्या पुस्तकांबद्दल सुगावा लागला आणि ताबडतोब ती पुस्तकं बाजारातून गायब झाली! 'तुमची पुस्तकं आम्ही यापुढे छापू शकत नाही आणि छापलेली पुस्तकं आम्ही बाजारातून काढून घेतली आहेत.' असं त्यांनी मला कळवलं.

ती पुस्तकं किंमत देऊन विकत घेण्याची तयारी आमच्या केंद्रानं दाखवली. पण आर्च बिशपनं नकार दिला. ती पुस्तकं त्यांनी जुन्या कागदांचं रिसायकलिंग करणाऱ्या एका कंपनीला विकली! त्यांनी नुकसान सोसलं, पण माझी पुस्तकं निकालात काढली.

सगळ्या जगाच्या विरोधात एकटा माणूस असं ते आहे. आणि काही सहप्रवासी. ज्याला सगळे धर्म विरोध करतात, सगळ्या देशांची सरकारं ज्याला त्रास देण्यासाठी निमित्तच शोधत असतात, अशा माणसाबरोबर राहण्याची हिम्मत दाखवणारे काही सहप्रवासी.

कानपूरच्या न्यायालयात दहा ख्रिश्चन संस्थांनी माझ्याविरुद्ध खटला सुरू केलेला आहे. कारण काय? तर 'होली बायबलमध्ये काहीच पवित्र नाही.' आणि बायबल म्हणजे पाचशे पानांचं निखळ अश्लील वाङ्मय आहे.' असं मी म्हणालो. मी तर फक्त वस्तुस्थिती सांगतोय. कुणीही बायबल उघडावं आणि वाचून बघावं त्यात काय आहे ते आणि सांगावं ते अश्लील आहे की नाही ते.

हे फक्त बायबलच्याच बाबतीत नाही. पुराणं तर त्यापेक्षा वाईट आहेत. घाणेरडी आणि विकृत. पण त्याबद्दल खरं बोलणं म्हणजे लोकांचा रोष ओढवून

घेणं आहे. सर्वसामान्य माणसं कुठे पुराणं वाचतात? बायबल वाचतात? पुरोहित त्यातला फक्त चांगला भाग त्यांना वाचून दाखवतात. बाकी पाचशे पानांचा उल्लेखच करत नाहीत.

ज्यू लोक त्यांच्या 'तोराह' मधलं सॉलोमनचं गीत टाळतात, कारण ते इतकं उत्तान आणि कामुक आहे की त्यांना त्याची लाज वाटते. पण तो त्या पुस्तकातला सर्वांत कलात्मक आणि सुंदर भाग आहे. पण ज्यू त्याच्याबद्दल अवाक्षरही काढत नाहीत.

सगळ्या जगाकडून धिक्कार व्हावा हे माझ्या दैवातच असावं. तुझा नवरा काही अपवाद नाही. तो या सगळ्या अडाणी गर्दीतला एक सामान्य अंश आहे, पण तू मात्र धीराचं पाऊल उचललं आहेस. तू आपल्या नवऱ्याला माझ्याजवळ आणण्याची खटपट कर. एक गोष्ट नक्की की तो तुला घाबरतो. कारण तो तुला दरवाजापर्यंत सोडायला येतो. तू थोडे त्याला टोमणे मार, त्याच्या मागं भुणभुण लाव. रोज जमेल त्या मार्गानं त्याला छळ. एक क्षण उसंत देऊ नकोस. तो माझं ऐकायला येईल. कोणताही नवरा आपल्या बायकोला हरवू शकत नाही– आणि हे एक शास्त्रीय वास्तव आहे.

प्रश्न

समाधान, तृप्ती निर्माण करणे यातच निखळ सर्जनशीलता असते असं तुम्ही सांगताना मी ऐकलंय. एखाद्याला निखळ, सर्वोत्कृष्ट कला शिकायची असेल तर त्यानं प्रेम करण्याची कला शिकावी असंही तुम्ही सांगता. आणि ही सर्वोत्कृष्ट कला आणि निखळ सर्जनशीलता ध्यानातूनच येऊ शकते असंही तुम्ही सांगत असता. गुरुदेव, विद्रोह म्हणजे हेच नाही का?

सत्यधर्म, काल रात्री मला तुझी चिठ्ठी मिळाली. आपला प्रश्न काढून टाकण्याची तुझी इच्छा आहे. कारण मी तुला मारीन अशी तुला भीती वाटते. म्हणून या काही गोष्टी तुझ्यासाठी आणि खरं म्हणजे इतरांसाठीही. एक म्हणजे एकदा तुम्ही माझ्यापुढं प्रश्न दिलात की तुम्हांला तो परत घेता येणार नाही. दुसरं म्हणजे मी सगळ्यांना मारत नाही, मी ध्यान ओमसारख्या अगदी खास लोकांना मारतो. त्यांना मारण्याची, जोरात आपटण्याची गरज असते. कारण ते एक नारळ होऊन बसलेले असतात आणि ज्या माणसाला मी मारतो, त्याला कृतज्ञतेची भावना जाणवली पाहिजे. जे पात्र असतील त्यांनाच मी मारतो. ही पात्रता जे कमावतील त्यांनाच हा मान मिळतो.

प्रत्येकाला नाही मारत सुटत मी. फक्त खास लोकांना. ध्यान ओममध्ये काहीतरी आगळंवेगळं आहे. ते बाहेर येण्याची आवश्यकता आहे. त्यामुळे जेव्हा जेव्हा गरज पडेल तेव्हा तेव्हा मी त्याला नक्कीच हाणीन. पण ते प्रेमाच्या पोटी असेल. करुणेच्या पोटी असेल. कुणीही ते दुसऱ्या अर्थानं घेऊ नये. सगळ्यांसमोर आपला अपमान झाला असं वाटून घेऊ नये. तुम्ही इथं एका कम्युनमध्ये आपल्याच मित्रांबरोबर आणि सहप्रवाशांबरोबर आहात. तुम्हांला मी सगळ्यांसमोर समजा उघडं केलं तर त्याचा कोणीही गैरफायदा घेऊ शकत नाही. उलट प्रत्येकाला असं वाटलं पाहिजे की आपणही समृद्ध झालो. आपल्यातही असाच काहीतरी दोष होता आणि या प्रहारामुळे तो घालवायला मदत झाली. ध्यान ओमबद्दल तुम्हांला प्रेम वाटायला हवं.

तुमच्या आणि माझ्यामध्ये कसलीही लपवाछपवी असता कामा नये. तुम्हांला इतर संन्याशांचं भयही वाटायला नको. म्हणून तू प्रश्न मागं घ्यायला सांगितलंस तरी मी तो दिला नाही आणि गंमत म्हणजे तुझ्या प्रश्नामध्ये मी तुला मारावं असं काहीच नाही.

पण तू का घाबरलास हे मला समजू शकतं– आपला प्रश्न निव्वळ बौद्धिक आहे आणि म्हणून ओशो आपल्यावर हल्ला चढवतील असं वाटून तू घाबरलास. पण तुझा प्रश्न अतिशय चांगला प्रश्न आहे. या तुझ्या प्रश्नात माझा सगळा संदेश आलेला आहे. मी तुला मारण्याचा प्रश्नच नव्हता. पण आता मला तुला मारावंच लागेल; नाहीतर तुला वैफल्य येईल!

तुझा प्रश्न केवळ बौद्धिक आहे. तो तुझ्या अनुभवातून आलेला नाही. जोपर्यंत प्रश्न तुमच्या अनुभवातून येत नाही तोपर्यंत तो निरर्थक आहे. मग त्याची रचना कितीही कुशलपणानं केलेली असेल, त्यात कितीही सुंदर शब्द वापरलेले असतील– त्याला अनुभवाचं स्वत्व नसेल तर तो फुकट आहे. प्रश्न तुमच्या मनातून येता कामा नये. तो तुमच्या अंत:करणाच्या गहन नि:शब्दतेतून यायला हवा. समाधान पावणं हीच निखळ सर्जनशीलता असते, हे माझं म्हणणं तू ऐकलंस, पण त्या दिशेनं तू काहीतरी केलंस का? आणखी किती वेळा तुला ते केवळ ऐकायला आवडेल? तू ते जितकं जास्त ऐकशील तितका तू त्याच्याकडे दुर्लक्ष करशील. ते ऐकायची तुला सवय पडून जाईल.

जर एखादी गोष्ट तुम्हांला पटत आहे, आवडत आहे तर, तुमच्या हृदयाची तार त्यामुळे झंकारत आहे तर वाट कसली बघता? करा काहीतरी. प्रयोग करून बघा. अनुभव घेऊन बघा. माझ्या बोलण्यात काही तथ्य आहे का, ते शोधून काढा. तुम्ही नुसते प्रश्न विचारत आणि उत्तरं ऐकत राहणार आहात का आयुष्यभर? त्या उत्तरांना प्रत्यक्ष जीवनात नाही आणायला बघणार? त्यांचा अनुभव नाही घेणार?

तुझा प्रश्न फारच सुंदर आहे, पण तो मनातून आलेला आहे. तू कधी सर्जनशीलता दाखवली नाहीस की त्यातून मिळणाऱ्या तृप्तीचा अनुभव घेतला नाहीस. कधी प्रेमाची कला शिकला नाहीस की ध्यानाचेही प्रयोग केले नाहीस. जोपर्यंत तू ध्यानात उतरत नाहीस, तुझ्यातून उत्कट सर्जनशीलता, नितांत प्रेम, पूर्ण समाधान जोपर्यंत ओसंडून वाहत नाही, तोपर्यंत एका विद्रोह्याचा जन्म होणार नाही.

इथं तुम्ही आलात ते फक्त ऐकण्यासाठी नाही. एका परिवर्तनाच्या प्रक्रियेतून जाण्यासाठी तुम्ही इथं आलात. ही प्रक्रिया एखाद्या आगीसारखी आहे. या आगीतून तुम्ही तावून सुलाखून निघालात की तुमच्यात जे जे हीण आहे ते जळून जाईल, जुनं सडलेलं आहे ते नष्ट होईल आणि एका नव्याचा जन्म होईल. ताजंतवानं असेल ते नवं आणि ते म्हणजेच विद्रोह असेल.

तुमचे सगळे धर्ममार्तंड तथाकथित तत्त्वचिंतक आणि मुख्यत: पुरोहित सुंदर, कातीव शब्दरचना करण्यात पटाईत असतात. पण त्यांच्या आत खोलवर तेच सगळे सामान्य माणसाचे संस्कार असतात. त्यांना देवाबद्दल काहीही ठाऊक नसतं. ते व्यवसायिक असतात आणि देव हा त्यांचा व्यवसाय असतो. त्यांचे आदर्श केवळ शाब्दिक असतात. एरवी ते सामान्य माणसासारखेच विकारवासनांचे गुलाम असतात.

म्हणून एखादी सुंदर आणि उठावदार तरुणी पाहिली की ते मंत्र म्हणायला विसरतात किंवा तावातावाने जोरजोरात मंत्र म्हणायला लागतात. त्यांचा हा ताव कशासाठी असतो? तर आत दाबून ठेवलेली वासना उफाळून वर येत असते, तिला टाळण्यासाठी.

मानवी संस्कृतीचा जसजसा विकास झाला तसतसे हृदय बंद पडण्याचे प्रकार वाढले. एक चकित करणारी गोष्ट अशी आहे की संभोग करताना कुणीही हृदय बंद पडून मरत नाही. माणसाच्या आजवरच्या इतिहासात असं कधीच घडलेलं नाही. नियमित संभोग करणं हा हृदयविकार होऊ नये म्हणून संरक्षक उपाय होऊ शकतो, असं वैद्यकशास्त्र सांगतं.

ब्रह्मचारी लोकांत हृदयविकारानं मरणाऱ्यांची संख्या जास्त असते. असं का होत असावं? त्यांचं मन आणि अंत:करण परस्परांहून विलग होऊन दूरदूर जातात. अंत:करण आहे तसंच नैसर्गिक राहतं, पण मन नाही नाही त्या आदर्शांनी भरून जातं. ज्या आदर्श कल्पनांचा हृदयाला मागमूसही नाही अशा कल्पनांनी मन व्यापलेलं असणं हे धोक्याचं आहे. त्यामुळे एक ताण निर्माण होतो आणि एक दिवस तो ताण असह्य झाला की त्याची परिणती हृदय बंद पडण्यात होते.

जर तुमच्या मनात एखादी आदर्श कल्पना असेल तर ती तुमच्या अंत:करणात

खोलवर झिरपू द्या. नाहीतर तुमच्या जिवाला धोका आहे. तू सर्जनशीलतेबद्दल ऐकलंस, तृप्तीबद्दल ऐकलंस, प्रेमाबद्दल आणि ध्यानाबद्दल ऐकलंस. हे सगळं केवळ आपल्या स्मृतिकोशातच ठेवणार का? मग तुझं मन आणि अंत:करण यांत दरी निर्माण होईल. तुझं अंत:करण अतृप्तच राहील, आणि मन तर काय, सगळं गोळा करून त्याची नोंद ठेवण्यापलीकडे काही करूच शकत नाही.

म्हणून जर एखादी गोष्ट तुला खरोखरच पटली असेल तर थांबू नकोस. ती गोष्ट तुझ्या आयुष्याचा भाग बनू दे. ती तुझ्या रक्तात, तुझ्या हाडात झिरपू दे. ती तुमच्या हृदयाची धडधड होऊ दे. असं नाही झालं तर ती गोष्ट फक्त एक ओझं म्हणून राहील. आणि असं ओझं फार धोक्याचं असतं.ते नसलेलं बरं त्यापेक्षा. कारण रिक्त मन हे अंत:करणाच्या जवळ असतं.

आणि मन जेव्हा मोठमोठ्या कल्पनांनी भरलेलं असतं तेव्हा मनाचं रूपांतर एका उच्च अहंकारात होतं. आपण म्हणजे कुणीतरी महान तज्ज्ञ आहोत, मालक आहोत असं मनाला वाटायला लागतं. पण मन हे मालक नसतं, तर एक गुलाम असतं. मन एक उत्तम गुलाम बनू शकतं. पण जर का ते मालक झालं तर त्याच्याइतकं वाईट कोणी नाही.

तुमचं अंत:करण हेच मालक असलं पाहिजे. मगच मन आणि अंत:करण यात एक सुसंवाद तयार होतो आणि त्या सुसंवादातून येतो आनंद, समाधान, शांती आणि समंजसपणा.

हा सुसंवादच तुमच्यात सर्वांत श्रेष्ठ असा विद्रोह निर्माण करेल. या विद्रोहाला दडपून टाकता येणार नाही. त्याचा नाश करता येणार नाही. तो वणव्यासारखा पसरत जाईल. हे आजवर कधीही घडलं नाही. एका सर्वश्रेष्ठ क्रांतीची सुरुवात तुमच्यापासून होणार आहे याचा तुम्हांला अभिमान वाटायला हवा. ही क्रांतीच एका नव्या माणसाला आणि एका नव्या मानवतेला जन्म देणार आहे.

❀

३

धारदार पात्याच्या धारेवर जगत जा

जो मनुष्य धोक्याचं आयुष्य जगत नाही
तो जगतच नाही
आयुष्य जगण्याची ही एकच रीत आहे
धारदार पात्याच्या
धारेवरून चालत राहणं हीच रीत.
मग आयुष्यात येतो–
एक ताजेपणा, तरुणपणा.....
क्षणाक्षणाला तीव्रता येते
क्षणाक्षणाला समग्रता येते
कारण पुढच्या क्षणाची शाश्वती
कधीच नसते.

प्रिय ओशो,

तुमचे विद्रोही व्यक्तीबद्दलचे विचार मला खोलवर स्पर्शून गेले. मी एक रूढीविरोधी माणूस (nonconformist) आहे. याचा मला फार गर्व वाटायचा. काल रात्री मला एक स्वप्न पडलं. मी विद्रोहीपणाने जगत आहे म्हणून माझा शिरच्छेद झालेला मी पाहिला आणि मी घाबरून गेलो. जाग आली तेव्हा एक गोष्ट जाणवली की विद्रोह म्हणजे माझ्यासाठी सगळ्या सर्वमान्य मर्यादांत खेळता येईल असा सुरक्षित खेळ वाटत असे. तुम्ही ज्याबद्दल बोलता तो विद्रोह अतिशय अवघड, घाबरवून टाकणारा आहे, असं आता मला जाणवतंय. आणि तरीही तो मला फार हवाहवासा वाटतोय. ही जी असुरक्षिततेची भावना आहे ती विद्रोही बनण्याचा एक भाग असते काय?

प्रेम पैगंबर, एक रूढीविरोधी माणूस (nonconformist) असणं म्हणजे विद्रोही असणं हा एक पूर्वीपासून चालत आलेला गैरसमज आहे. वास्तविक हा प्रतिक्रियात्मक असतो. त्याचं सगळं वागणं राग, हिंसा आणि अहंकार यातून येत असतं. त्याचं वागणं त्याच्या चेतनेतून येत नसतं. तो समाजाविरुद्ध जातो. पण केवळ समाजाविरुद्ध जाणं ही गोष्ट योग्यच असेल असं नसतं. उलट, एका टोकापासून दुसऱ्या टोकाला जाणं म्हणजे एका चुकीपासून दुसऱ्या चुकीपर्यंत जाणं असतं.

विद्रोही मात्र कमालीचा संतुलित असतो. नितांत करुणा असल्याशिवाय, आतून जागृत झाल्याशिवाय हे शक्य नसतं. त्याचं वागणं म्हणजे एक प्रतिक्रिया नसते. ती एक क्रिया असते. जुन्याच्या विरोधासाठी नसते, ती तर नव्यासाठी असते.

रूढीविरोधी माणूस हा फक्त जुन्याच्या, प्रस्थापितांच्या विरोधात असतो. त्याच्याकडे कोणतीही सर्जनशील संकल्पना नसते. भविष्याबद्दलची दृष्टी नसते. तो जर यशस्वी झाला तर काय करणार? त्याची चमत्कारिक अवस्था होईल. सपशेल आपटेल तो. हा अनुभव त्याला आजवर आलेलाच नाही. कारण तो आजवर कधी यशस्वी झालेलाच नाही. त्याचं अपयश हेच त्याचं मोठं आश्रयस्थान ठरलेलं आहे.

मी जेव्हा प्रतिक्रिया म्हणतो तेव्हा मला असं म्हणायचं असतं की, तुमच्या प्रेरणा या मूलत: परावलंबी असतात. तुम्ही स्वतंत्र आणि स्वायत्त असा विचार करू शकत नाही. याचा फार खोलवर परिणाम होतो. यामुळे तुमच्या कृती या केवळ उप-उत्पादन (by product) अशा स्वरूपाच्या होतात आणि मग त्या कृती कोणाकडून नियंत्रितही होऊ शकतात, असाही त्याचा अर्थ होतो.

मुल्ला नासिरुद्दिनची एक गोष्ट आहे. तो असा होता. पक्का प्रतिक्रिया देणारा होता. त्याचं मन पूर्णपणे नकारात्मक होतं. समजा त्याच्या वडिलांनी सांगितलं– 'उजवीकडे जा' तर तो हमखास डावीकडे जायचा. लवकरच त्याच्या वडिलांच्या हे लक्षात आलं. मग त्यांचा प्रश्नच सुटला. त्यांना नासिरुद्दिननं उजवीकडं जावं असं वाटत असेल, तेव्हा ते त्याला 'डावीकडं जा' असं सांगायला लागले! मग तो उजवीकडं जायचा. त्यांची अवज्ञा करायचा. रूढीविरोधक होता ना.' पण त्याला हे कळत नव्हतं की त्याला वडील खेळवत आहेत. त्याच्यावर नियंत्रण ठेवत आहेत. सत्ता गाजवत आहेत आणि त्यांना हवं तेच त्याच्याकडून करून घेत आहेत.

मग हळूहळू त्याच्याही हे लक्षात यायला लागलं. 'काय भानगड काय आहे? पूर्वी तर वडील भडकायचे त्यांचं ऐकलं नाही की. पण हल्ली त्यांची कितीही अवज्ञा केली तरी त्यांची काहीच तक्रार असत नाही. हे कसं काय?'

लवकरच मग त्यानंही एक डाव आखला. एक दिवस तो आणि त्याचे वृद्ध वडील नदी पार करत होते. बरोबर त्यांचं गाढवही होतं. गाढवावर साखरेचं मोठं पोतं लादलेलं होतं. ते पोतं उजव्या बाजूला कललेलं होतं. कोणत्याही क्षणी ते नदीत पडलं असतं. वडिलांनी नेहमीच्या पद्धतीनं सांगितलं, 'नासिरुद्दिन, ते पोतं उजवीकडं घे बघू.' तो नेहमीप्रमाणे त्यांचं ऐकणार नाही आणि पोतं डावीकडं घेईल असं त्यांना वाटलं होतं. पण या वेळी त्यांचा कावा त्यांच्या मुलाच्या लक्षात आलेला होता. त्यानं ते पोतं उजवीकडं सरकवलं आणि ते पडलं पाण्यात. वडील म्हणाले, "हे काय? तू आता माझी अवज्ञा करायचं सोडून दिलंस की काय?" नासिरुद्दिन म्हणाला, "आता प्रत्येक वेळी अवज्ञा करायची की आज्ञा पालन करायचं, हे माझं मी ठरवीन. तुमचा मुलगा असून मला तुम्ही फसवत होतात काय? आजपासून मी सावध झालोय. मी तुमचं ऐकीन... न ऐकीन... कसलाच अंदाज तुम्हांला करता येणार नाही असा वागीन. तुमच्या तालावर नाही नाचणार मी यापुढं."

रूढीविरोधक हा नेहमी समाजाच्या तालावर नाचतो. समाजच त्याची सूत्रं हालवतो. प्रस्थापित व्यवस्था थोडी चतुर, धूर्त असेल तर अशा व्यक्तीला ती बरोबर आपल्या ताब्यात ठेवते. पण विद्रोही व्यक्तीला मात्र कोणीही असं ताब्यात ठेवू शकत नाही. कारण तो काही प्रचलित व्यवस्थेविरुद्ध प्रतिक्रिया देणारं वर्तन करत नसतो. त्याची नजर भविष्याकडे असते. नव्या मानवतेचं, नव्या माणसाचं

स्वप्न त्याच्यासमोर असतं. ते स्वप्न प्रत्यक्षात आणण्यासाठी विद्रोही झटत असतो. या त्याच्या स्वप्नाला समाज अडथळा आणतो. म्हणून तो समाजाच्या विरोधात असतो. प्रचलित व्यवस्थेवर त्याचा कटाक्ष नसतो. त्याचा कटाक्ष असतो भविष्यावर. त्यातल्या सुप्त सामर्थ्यावर. आपल्या स्वतंत्र दृष्टीने आपल्या स्वप्नाचं भान ठेवून त्याची वर्तणूक घडत असते.

क्रिया आणि प्रतिक्रिया यांतला हाच फरक आहे. विद्रोह्याच्या कृती समाजाच्या विरुद्ध जातात, हा केवळ योगायोग असतो. विद्रोही समाजाच्या विरुद्ध नसतो. तो नव्या माणसाच्या बाजूने असतो. त्याचा मार्ग नेहमी सकारात्मक असतो. तो कधीही नकारात्मक असत नाही.

विद्रोही जुन्या समाजाचा राग कधीच करत नाही. उलट त्याला त्याच्याबद्दल पूर्ण सहानुभूती आणि करुणा असते. जुन्या माणसानं किती सोसलंय याची त्याला जाणीव असते. मग तो त्याच्यावर रागावेल कसा? तो तर तक्रारसुद्धा करू शकत नाही.

जुन्या माणसाचं हे दैन्य दूर व्हावं, हा कुरूप समाज नाहीसा व्हावा, माणसाने अधिक नैसर्गिकपणाने जगावं, अधिक प्रेमाने जगावं, त्याचं जीवन सुंदर व्हावं, शांत व्हावं यासाठी विद्रोह्याची धडपड असते.

वास्तविक सगळ्या चांगल्या गोष्टी माणसाच्या आवाक्यात असतात. स्वातंत्र्य, प्रेम, नि:स्तब्धता, सत्य, बुद्धत्व, हे सगळं तुम्हांला उपलब्ध होऊ शकतं. त्याला अडथळा करणाऱ्या गोष्टी दूर केल्या की झालं. आणि जुनी प्रस्थापित चौकट सर्वांत जास्त अडथळे निर्माण करते. तुमच्या वाढीला अटकाव करते. विद्रोही जेव्हा जुन्या गोष्टींना विरोध करतो तेव्हा त्याला नव्या माणसाला मुक्त पक्ष्याप्रमाणे आयुष्य जगता यावं, असं वाटत असतं. पावसात डोलणाऱ्या गुलाबाच्या झाडासारखं मुक्त, ढगांच्या पलीकडे भटकणाऱ्या चंद्रासारखं मुक्त. सुंदर, कृपामय आणि शांत जीवन.

रूढीविरोधक हा विद्रोही नसतो, हे तुझ्या लक्षात आलं ते फार बरं झालं. आता हे कधीही विसरू नकोस. कारण रूढीविरोधक होणं हे अगदी सोपं आहे. विद्रोही होण्यासाठी मात्र तुमच्यामध्ये फार मोठं परिवर्तन होण्याची आवश्यकता असते.

रूढिविरोधक होणं फार सवंग असतं. पंक म्हणून ओळखल्या जाणाऱ्या व्यक्तींकडं पाहा. ते सगळे रूढीविरोधक आहेत. डोक्यावरचे दोन्ही बाजूंचे केस ते सफाचट करतात. मध्यभागी केसांची एक लहानशी पट्टी ठेवतात. तीसुद्धा वेगवेगळ्या रंगांनी रंगवतात. अर्धी मिशी उडवून, अर्ध्या मिशीला रंग देतात. हे सारं अगदी सोपं आहे करायला. पण ते सवंग आणि बिनडोक आहे. आणि अशा मूर्खासारख्या वेगळेपणाचा मानवतेला काय उपयोग आहे?

तेव्हा तुला हे समजलं हे बरंच झालं आणि त्याच रात्री विद्रोही वर्तनामुळे आपला

शिरच्छेद होत असल्याचं जे स्वप्न तुला पडलं तेही फार अर्थपूर्ण आहे.

ते स्वप्न म्हणजे तुझ्या अबोध चैतन्यानं तुला दिलेला सावधगिरीचा इशारा होता.

विद्रोही होणं हे खरोखरच धोक्याचं आहे. त्यासाठी सिंहाचं काळीज हवं. हिम्मत हवी. ते येरागबाळ्याचं काम नाहीच मुळी.

एका विद्रोही समाजाची निर्मिती करायची असेल तर अगदी थोड्या विद्रोही व्यक्ती पुरेत. मग बाकीचे सर्व त्यांना अनुसरतील. पण ते सगळे आपण होऊन स्वत:च्या हिंमतीवर विद्रोही होणार नाहीत. याचं एकच साधं कारण म्हणजे विद्रोही बनणं हे घाबरवून टाकणारं आहे.

पण माझ्या दृष्टीनं मात्र जे जे घाबरवून टाकणारं आहे, अवघड, धोक्याचं आहे ते ते आव्हान समजून स्वीकारायला पाहिजे. ते आव्हान तुमच्या धैर्याला, तुमच्या आत्म्यालाच असतं आणि म्हणूनच कितीही धोक्याचं असलं तरी ते हवंहवंसं वाटतं.

जो मनुष्य धोक्याचं आयुष्य जगत नाही तो जगतच नाही. आयुष्य जगण्याची एकच रीत आहे– धोकादायकपणाने जगा. धारदार पात्याच्या धारेवरून चालत राहा. मग आयुष्यात एक ताजेपणा येईल, तरुणपणा येईल, क्षणाक्षणाला तीव्रता येईल, क्षणाक्षणाला समग्रता येईल, कारण पुढच्या क्षणाची शाश्वती नसेल.

मध्यमवर्गीय आयुष्य जगण्यात काही अर्थ नाही. ‘मध्यमवर्गीय’ हा शब्द शिवीसारखा आहे. मध्यमवर्गीय लोक भूतकाळाला चिकटून राहतात. जुनाट, सडलेल्या मूल्यांना कवटाळून बसतात. निरर्थक कर्मकांडाचं स्तोम माजवतात, कारण प्रश्न निर्माण होण्याचीच त्यांना भीती वाटत असते. तीव्र आणि ज्वलंत आयुष्य त्यांना महत्त्वाचं नसतं. त्यांना महत्त्वाची असते त्यांची तथाकथित सुरक्षितता, तथाकथित आरामशीर आयुष्य.

संन्यास म्हणजे ज्वाला बनण्यात घेतलेला पुढाकार असतो. तुम्ही जगता ते जगणं म्हणजे एक आग असते. तुम्ही प्रेम करता ते वरवरचं नसतं. पूजापाठ, अंधश्रद्धा, मृत आदर्श, गुलामगिरी यांनी बुजबुजलेल्या शाश्वत आयुष्यापेक्षा प्रेमाचं आणि प्रखरतेचं एक क्षणाचं देखील आयुष्य अधिक मोलाचं असतं.

ज्या समाजात आपण राहतो त्या समाजाचे दंडक, कसलेही प्रश्न न विचारता, पाळत राहणं, तेही आपल्याला निर्धोक, आरामशीरपणानं जगता यावं म्हणून, हे अगदी सवंग आहे. अशा वागण्यानं तुम्ही आपला आत्माच विकता. तुम्ही एक आध्यात्मिक गुलाम बनता.

विद्रोही माणूस कोणत्याही प्रकारची गुलामी स्वीकारत नाही. तो देवालासुद्धा जुमानत नाही. माणसाला जुमानण्याचा प्रश्नच नाही.

‘देवाचा मृत्यू झालेला आहे आणि माणूस आता पूर्णपणे मुक्त झालेला

आहे'– हे फ्रेडरिक नित्शेचं जे वाक्य आहे ते एका विद्रोही आत्म्याचं विधान आहे. त्याचा युक्तिवाद अगदी चोख आहे. दुसऱ्या एके ठिकाणी नित्शे म्हणतो, 'ईश्वर आणि माणूस यांचं सह-अस्तित्व असूच शकत नाही. एक तर त्याचं निर्माता म्हणून अस्तित्व असेल किंवा मानव या त्याच्या निर्मितीत त्याचं अस्तित्व असेल. ईश्वर वेगळा, मानव वेगळा हा उपमर्द आम्ही कदापि सहन करणार नाही. म्हणून ईश्वराचा मृत्यू झाला असं आम्ही जाहीर करतो. आता माणूसच सर्वश्रेष्ठ. त्याच्यावर कोणीही नाही.

खरोखरच हे धोक्याचे रस्ते आहेत. पण ज्या कुणी हे रस्ते चोखाळले ते अत्यंत वैभवी आयुष्य जगले. अत्यंत समाधानी आयुष्य जगले. कोणीतरी धनगर येईल आणि आपला उद्धार करील याची वाट पाहत शेळ्यामेंढ्यांच्या कळपाचं मध्यमवर्गीय आयुष्य जे जगले त्यांचं जगणं कोमट जगणं होतं. उष्णही नाही आणि थंडही नाही. कोमट, मिळमिळीत. कोमट चहा प्यायला कसा तुम्हांला अजिबात आवडत नाही. तर त्या कोमट चहासारखं आयुष्य असतं ते.

तर असं कोमट आयुष्य कधीही जगू नका.

मार्था म्हणजे हॅरीची खंबीर बायको. तिनं त्याला पँट खरेदी करण्यासाठी दुकानात नेलं. विक्रेत्यानं विचारलं,

"तुम्हांला बटणं पाहिजेत की झीपर?"

"झीपर," हॅरीनं पटकन सांगितलं.

"छान. तुम्हांला झीप केवढी पाहिजे– पाच इंचांची की दहा इंचांची?" मार्था काही बोलण्याआधीच हॅरी घाईघाईनं म्हणाला, "दहा इंच."

दुकानातून बाहेर आल्यावर मार्था संतापून म्हणाली, "आहा हा हाऽऽ म्हणे. दहा इंचांची झीप पाहिजे! तुम्हांला? आणि दहा इंचाची झीप? माझ्या पपांच्या शेजारी राहणारा माणूस आठवला मला. रोज सकाळी तो बागेत जायचा, गॅरेजचं कुलूप काढायचा. आठ फूट लांबीचा डबल दरवाजा उघडायचा आणि त्यातून आपली सायकल बाहेर काढायचा!"

सायकलीवरचं आयुष्य जगू नका. मी जे काही सांगतोय त्यामुळे असुरक्षिततेची भावना निर्माण होणं साहजिक आहे. पण सुरक्षितता म्हणजे तरी काय? जीवनात काही तरी सुरक्षित असतं काय? सुरक्षितता असं काही असतं का अस्तित्वात? की माणसानं आपली समजूत घालण्यासाठी तयार केलेली नुसती कल्पना आहे? सुरक्षितता असतेच कुठे?

हिरोशिमा आणि नागासाकी इथं राहणारे लोक त्या रात्री पूर्ण सुरक्षिततेसकटच झोपले होते आणि सकाळी होतं काय? तर पसरत जाणारी आग आणि मृत शरीरांचा खच. झाडं, पक्षी, प्राणी, माणसं सारं काही नामशेष झालं. जीवन चक्क

नाहीसं झालं. कुठे असते सुरक्षितता?

त्या साठ लाख ज्यूंना थोडीतरी कल्पना होती की गॅस चेंबरमध्ये आपला शेवट होणार आहे म्हणून? पुढच्याच क्षणी आपण धूर होऊन धुराड्यातून बाहेर पडणार आहोत असं वाटलं असेल कधी त्यांना? कसली सुरक्षितता?

सुरक्षितता कधी नसतेच मुळी. मृत्यू कोणत्याही क्षणी येऊ शकतो. तो नेहमी कसा येतो, तर कसलीही पूर्वसूचना न देता, कसलाही इशारा न करता. हे माहीत असूनही आपण सुरक्षिततेच्या मागं लागतो आणि जेव्हा जेव्हा विद्रोही चैतन्याची कल्पना येते, तेव्हा तेव्हा आपण सुरक्षिततेचा विचार करतो, पण तुम्हांला सुरक्षितता नसतेच.

विद्रोही माणूस ही गोष्ट जाणून असतो. म्हणूनच तो सुरक्षिततेची मागणीही करत नाही. असुरक्षिततेतच जगा, कारण तुम्हांला ती टाळताच येत नाही. तुम्हांला तिचा प्रतिबंध करता येत नाही. त्यामुळे त्याबद्दल ताप करून घेण्याचं कारण नाही. त्यासाठी फुकट वेळही घालवायचं कारण नाही.

आयुष्य सहजपणानं घ्या. स्वस्थ राहा. काहीही गमावणार नाहीये तुमचं. उलट तुम्हांला सगळं काही मिळणारच आहे.

प्रश्न

खरा विद्रोही जुन्या चौकटी मोडून टाकतो, सगळ्या जगाच्या विरुद्ध उभा राहतो आणि तरीही तो कधीच गंभीर असत नाही. याचं रहस्य काय?

—सामवेदो, हे खरं म्हणजे खोल रहस्य वगैरे काही नाही. ते एक उघड गुपित आहे. जो खराखुरा विद्रोही असतो त्याला जीवनाची क्षणभंगुरता कळलेली, समजलेली असते. त्यामुळे कशानंच तो भेदरून जात नाही. तडजोड करायचीही त्याला गरज पडत नाही. मृत्यू जर अटळ आहे तर तडजोडीची, समझोत्याची गरजच काय?

विद्रोही व्यक्ती आयुष्याचं हे क्षणभंगुरत्व जाणून आपल्याला जे शक्य आहे ते जीव ओतून करत असते. तिला नवं निर्माण करण्यात रस असतो. जुन्याचा नाश केला तरी तो नव्याच्या निर्मितीसाठीच असतो. विद्रोही माणसाचं वागणं कधीच प्रतिक्रियात्मक नसतं. त्यामुळे तो आपल्याच मस्तीत, खेळकर, आनंदी राहतो. निर्मिती ही खेळकरच असते. म्हणूनच विद्रोही कधी गंभीर असत नाही. कारण गंभीरपणा हा जुन्या माणसाचाच एक हिस्सा आहे.

जो नवा विद्रोही माणूस आहे त्याला विनोदाची चांगली जाण असते. तो मृत्यूला नजर देऊनसुद्धा खो खो हसू शकतो. जगताना, लढताना, निर्मिती करताना

किंवा नाश करताना, तो आनंदाने खिदळत असतो. तो कधीच गंभीर असत नाही. तो कधीच केविलवाणा, दीन असत नाही. या गोष्टींविरुद्ध तर त्याचं बंड असतं. विद्रोह्याला सगळं जग हसण्यानं भरून टाकायचं असतं. हसणं हे जे मूलभूत तत्त्व आहे त्यावर आधारलेल्या धर्माची रचना त्याला करायची असते.

आणि सगळं जग तुमच्या विरोधात उभं राहिलं म्हणून काय बिघडलं? उलट त्यामुळे तुम्हांला आणखी बळ येतं. तुमच्या निर्धाराला पुष्टी मिळते त्या विरोधामुळे. आपण करत आहोत तो विद्रोहच आहे याची ठाम खात्री पटते कारण तसं नसतं तर जगानं विरोध केलाच नसता.

तेव्हा सगळं जग हाच मोठा सुंदर विनोद आहे, असं समजून जगा. गंभीर होण्यासारखं काहीही नाही.

ॲडॉल्फ हिटलरला एकदा चमत्कारिक स्वप्नं पडायला लागली. मग त्यानं स्वप्नांचा अर्थ लावणाऱ्या माणसाला आणवून विचारलं. तेव्हा तो म्हणाला, "तुमचं मरण ज्यू लोकांच्या सणाच्या दिवशी येणार आहे." "कोणता सण?" कपाळाला आठ्या घालून हिटलरनं विचारलं. तर उत्तर काय असेल?

"तुम्ही ज्या कोणत्या दिवशी मरण पावाल तो ज्यू लोकांचा सणच असेल."

डोळे उघडून आजूबाजूला नीट बघा. सारं काही इतकं हास्यास्पद आहे. इतकं विनोदी आहे. आंधळी माणसंच फक्त गंभीर राहू शकतात. ज्याला डोळे आहेत तो गंभीर राहणं अशक्य आहे.

हॅरीच्या बायकोनं विचारलं, "अणुयुद्धापूर्वी आपल्याला जर का फक्त चार मिनिटं आधी सूचना मिळाली तर तू काय करशील?"

"तुझ्याबरोबर संभोग..." हॅरी म्हणाला.

"अच्छा... पण शिल्लक राहिलेल्या तीन मिनिटांचं काय?"

❀

४

एकांतातील सिंह आणि
त्याची विलक्षण सुंदर गर्जना.

जागृती माणसाला एक स्वतंत्र
व्यक्ती बनविते.
जागा झालेला माणूस असतो–
वाऱ्यानिशी डुलणाऱ्या
एकांतातल्या पाईन वृक्षासारखा,
सूर्यप्रकाशात भिजून चिंब होणाऱ्या
एकांतातल्या गिरिशिखरांसारखा
आणि–
एकांतातल्या सिंहासारखा–
त्याची विलक्षण सुंदर गर्जना
मैलोगणती दूर असणाऱ्या
दऱ्याखोऱ्यांत पसरत जाते...

जून ९, १९८७, सकाळ.

प्रिय ओशो,

तुमच्यासारखा अतिशय सुंदर, बुद्ध पुरुष आमच्यासारख्या अस्ताव्यस्त, वेडगळ, निर्जीव जमावाबरोबर काय करतोय? तुम्ही नेमकं काय करत आहात, हे खरंच मला जाणून घ्यायचंय. पण जे काही करत आहात ते कृपा करून थांबवू मात्र नका.

मनीषा, प्रत्येक जमाव अस्ताव्यस्त, वेडगळ, निर्जीवच असतो. एक स्वतंत्र व्यक्ती जिवंत असते– पण ज्या क्षणी ती व्यक्ती समूहाचा एक अंश बनते त्या क्षणी तिची चेतना हरवल्यासारखी होते. मग ती एका सामूहिक, यांत्रिक मनाकडून नाचवली जाते.

मी नेमकं काय करतोय असं तू विचारलं आहेस. मी एक साधं काम करतोय. वेडगळ आणि निर्जीव गर्दीतून स्वतंत्र, जिवंत व्यक्ती बाहेर काढण्याचं काम! त्यांना स्वातंत्र्य आणि प्रतिष्ठा देण्याचं काम.

मला या जगात कोणत्याही प्रकारचा समूह नको आहे. मग तो धर्माच्या नावाखाली गोळा झालेला असेल, राष्ट्र किंवा वंश यांच्या नावाखाली गोळा झालेला असेल... त्यामुळे काही फरक पडत नाही. प्रत्येक समूह, गर्दी ही कुरूपच असते.

गर्दीला जागृत चेतना नसल्यामुळे तिच्या हातून सर्वांत मोठे गुन्हे घडलेले आहेत. गर्दी म्हणजे एक सामूहिक सुप्तावस्था असते.

जागेपणा, चेतनावस्था हीच माणसाला एक स्वतंत्र व्यक्ती बनविते. जागा झालेला माणूस असतो वाऱ्यानिशी डुलणाऱ्या एकांतातल्या पाईन वृक्षासारखा, सूर्यप्रकाशात भिजून चिंब होणाऱ्या एकांतातल्या गिरिशिखरांसारखा आणि एकांतातल्या सिंहासारखा. त्याची विलक्षण सुंदर गर्जना मैलोगणती दूर असलेल्या दऱ्या-खोऱ्यांत पसरत जाते.

गर्दी ही मेंढ्यांचा कळप असते. भूतकाळानं आजवर एकच काम सातत्यानं केलं आहे ते म्हणजे प्रत्येक स्वतंत्र व्यक्तीचं रूपांतर चाकातल्या एका आऱ्यामध्ये करण्याचं काम. मृत कळपातल्या मृत भागांत रूपांतर करण्याचं काम. व्यक्ती जितकी बथ्थड आणि चेतनाहीन तितकं तिच्यावर आधिपत्य गाजवणं सोपं. खरं

म्हणजे मग ती व्यक्ती निरुपद्रवी होऊन बसते. आपल्या स्वत:च्या गुलामगिरीविरुद्धसुद्धा मग ती आवाज उठवू शकत नाही.

उलट ती आपल्या गुलामगिरीचं उदात्तीकरण करायला लागते. माझा धर्म, माझा देश, माझा वंश, माझा वर्ण... वगैरे. वास्तविक हे सगळे गुलामगिरीचे प्रकार आहेत. पण व्यक्ती त्यांनाच महान समजायला लागते. प्रत्येक जन्माला येणारं मूल एक स्वतंत्र व्यक्ती म्हणून जन्माला येतं, पण मरणारा माणूस स्वतंत्र माणूस म्हणूनच मेला, हे मात्र क्वचितच घडतं.

तुम्ही सगळ्यांनी मरताना सुद्धा जन्माच्या वेळच्याच निरागसतेनं, स्वतंत्रतेनं मरावं म्हणून मदत करण्यासाठी मी प्रयत्न करतो आहे. हेच माझं काम आहे.

जन्म आणि मृत्यू यांमध्ये तुमचं नृत्य चैतन्यमय असावं, एकमेव असावं, ताऱ्यापर्यंत पोहोचणारं असावं, कसल्याही तडजोडीची आवश्यकता पडू नये–

–थोडक्यात तुम्ही विद्रोही म्हणून जगावं यासाठी माझी खटपट चाललेली आहे. तुमच्यामध्ये विद्रोही चैतन्य नसेल तर तुमच्यात चैतन्यच नसेल कारण दुसऱ्या कोणत्या प्रकारचं चैतन्य उपलब्धच नसतं.

आणि माझं हे काम मी कधीही थांबवणार नाही याबद्दल तू खात्री बाळग. हाच तर माझा एकमेव आनंद आहे. जास्तीत जास्त माणसांच्या बेड्या, हातकड्या, साखळदंड, काढण्या तोडून त्यांना मुक्त करायचं, त्यांना अंधारातून प्रकाशात घेऊन यायचं, या ग्रहाचं सौंदर्य त्यांना पाहायला लावायचं– हाच तर माझा ध्यास आहे. अस्तित्व सोडून दुसरा कोणता ईश्वर नाही की मंदिर नाही. हेच सगळ्यांना पटवून द्यायचंय मला.

गर्दीतून निघून तुम्ही जोपर्यंत स्वतंत्र व्यक्ती होणार नाही तोपर्यंत तुम्हांला त्या मंदिरात प्रवेश नाही. गर्दीला कवटाळून जगणारा माणूस खरं तर जगतच नसतो. तो एखाद्या यंत्रमानवाप्रमाणे केवळ आज्ञापालन करत असतो. यंत्रमानव सुद्धा त्याच्यापेक्षा स्वतंत्र असेल कदाचित.

एका माणसानं एका संगणकाला विचारलं, 'माझे वडील कुठं आहेत ते येईल का सांगता तुला?' वास्तविक तो त्या संगणकावर काम करणाऱ्या शास्त्रज्ञाबरोबर मस्करी करत होता आणि त्याचा प्रश्न म्हणजे त्या मस्करीचाच भाग होता. संगणकानं उत्तर दिलं, 'तुझे वडील, तीन तास झाले, मासेमारीला गेले आहेत.'

तो माणूस हसला आणि त्या शास्त्रज्ञाला म्हणाला, 'किती मूर्ख संगणक बनवलाहेस तू. माझे वडील तर तीन वर्षं झाली, वारले.' आणि यावर संगणक हसला! ते ऐकून शास्त्रज्ञाला धक्काच बसला. कारण हे काही त्याला 'फीड' केलेलं नव्हतं. संगणक म्हणाला, "जे वारले ते तुझे वडील नव्हते. ते फक्त तुझ्या आईचे पती होते. तीन तासांपूर्वी तुझे वडील मासे पकडायला गेले आहेत. किनाऱ्यावर

गेलास तर भेटतील ते तुला.''

गर्दीतला माणूस नेहमी आंधळेपणाने वागतो. याच माणसाला जर तुम्ही गर्दीतून बाहेर काढून विचारलं, ''हे काय करतोयस तू? तू एकटा स्वत:च्या मर्जीनं हे करशील का?'' तर त्याला संकोचल्यासारखं होईल. तो म्हणेल, ''मी स्वत: होऊन असं मूर्खासारखं कधी वागणार नाही. पण गर्दीत असलो की काहीतरी विचित्र घडतं खरं.''

मी वीस वर्षं ज्या शहरात राहत होतो ते शहर अर्धे हिंदू आणि अर्धे मुसलमान असं विभागलेलं होतं. दोन्ही धर्म तुल्यबळ होते. दरवर्षी दंगे व्हायचे. माझ्याबरोबर विद्यापीठात काम करणारे एक मुसलमान प्राध्यापक होते. इतके सुशिक्षित, इतके सुसंस्कृत, फार चांगले होते ते. एकदा दंग्याच्या वेळी मुसलमान हिंदूंच्या मंदिराला आग लावत होते आणि हिंदू मशिदीला आग लावत होते, तर हे प्राध्यापक महाशय हिंदूंच्या मंदिराला आग लावताना मला दिसले आणि मला धक्काच बसला. मी त्यांना म्हणालो,

''प्रोफेसर फरीद, हे काय करताय?''

ते एकदम शरमले. म्हणाले, ''सॉरी, मी या गर्दीत हरवून गेलो होतो. सगळेजण ते करताहेत म्हणून मी माझी जबाबदारी विसरून गेलो. आयुष्यात पहिल्यांदा अशी आपल्या जबाबदारीतून सुटका मिळाली. मला कोणीच दोष देणार नाही. हा मुस्लिम जमाव होता आणि मी त्या जमावाचा एक अंश होतो.''

आणखी दुसऱ्या एका प्रसंगी एका मुसलमानाचं घड्याळाचं दुकान हिंदूंनी लुटलं. सुंदर सुंदर दुर्मिळ घड्याळांचा तिथं संग्रह होता. ती घड्याळं लुटणारे, दुकानदाराचा खून करणारे सगळे हिंदू होते. एक माझ्या ओळखीचा पुरोहित पायऱ्यांवर उभा राहून जोरजोरात ओरडत होता, ''हे काय चालवलंय तुम्ही. हे आपल्या धर्माच्या विरुद्ध आहे. आपल्या नैतिकतेच्या, आपल्या संस्कृतीच्या विरुद्ध आहे ही लुटालूट. हे चुकीचं करताय तुम्ही.''

मी एका पुस्तकाच्या दुकानातून हे सगळं पाहत होतो. खरी गंमत पुढंच घडायची होती. लोकांनी ते दुकान लुटून अक्षरश: साफ केलं. पण एक अगदी जुनं आजोबा-घड्याळ राहिलं होतं. खूप प्रचंड होतं ते. अँटिक होतं अगदी. सगळे लोक गेल्यावर या वृद्ध पुरोहितानं काय करावं? त्यानं ते अवजड घड्याळ कसंबसं आपल्या खांद्यावर घेतलं आणि तो जायला निघाला! मला राहवलं नाही. पुढं होऊन मी म्हटलं, ''हे काय? इतका वेळ तुम्हीच हे धर्माच्या विरुद्ध आहे म्हणून ओरडत होतात आणि दुकानातल्या सर्वांत मोठ्या घड्याळावर तुम्ही हात मारलात?'' तेव्हा म्हातारबुवा म्हणाले,

''मग काय करू मी? इतका मी ओरडत होतो. कुणीतरी लक्ष दिलं का

त्याकडे? संस्कृती, धर्म, नैतिकता या यांचा मक्ता काय मी एकट्यानंच घेतलाय? मीच का म्हणून मागं राहू? मी सुद्धा त्या गर्दीतलाच एक आहे! त्यांना समजावण्याची मी पराकाष्ठा केली, पण नीती, धर्म यांच्या मार्गावरून जायला कुणीच तयार दिसत नाही, तर मीच का म्हणून माझं नुकसान करून घेऊ?''

सामूहिक असंमजसपणाच्या महासागरात एका व्यक्तीचा लहानसा समंजसपणा हरवून जातो. सगळ्या युद्धांचं, दंग्यांचं, खुनांचं हेच कारण आहे.

गर्दीच्या तुलनेत व्यक्तीनं केलेल्या गुन्ह्यांची संख्या फार कमी आहे. जेव्हा एखादी व्यक्ती गुन्हा करते तेव्हा तिच्या विशिष्ट रोगट मानसिकतेतून करते. अशा वेळी त्या व्यक्तीला मानसोपचारांची गरज असते. पण गर्दीचा एक अंश बनून जेव्हा माणूस गुन्हा करतो तेव्हा त्याला मानसोपचारांची गरज नसते. त्यावर एकच उपाय असतो. व्यक्तीला गर्दीतून बाहेर काढणे. त्याला पुन्हा एक स्वतंत्र व्यक्ती बनविणे.

जगातून जमाव, गर्दी हटवली पाहिजे. फक्त व्यक्तीच राहिल्या पाहिजेत. माझं काम हेच आहे. मी गर्दीच्या विरोधातला माणूस आहे. मग त्या गर्दीचं नाव काहीही असो- ख्रिश्चन, मुसलमान, हिंदू, ज्यू.. भारतीय, चिनी, जपानी.. मी सर्व प्रकारच्या समूहांचा निषेध करतो. मी व्यक्तीच्या बाजूचा आहे. कारण व्यक्तीच विद्रोही बनू शकते आणि असा विद्रोही नवा माणूस भावी मानवतेचा पाया बनू शकतो.

माझ्या लोकांना मी ध्यान शिकवतो. आपला एकटेपणा उपभोगायला शिकवतो. कोणत्याही समूहाचा एक भाग न बनता मानाने जगायला शिकवतो. समाज देऊ करत असलेल्या मानसन्मानांची, पारितोषिकांची हाव धरून आपला आत्मा विकायला माझी माणसं कधीच तयार होऊ नयेत असं मला वाटतं. त्यांचा बहुमान त्यांच्या अस्तित्वगत स्वत्वातच आहे, त्यांच्या स्वातंत्र्यात, त्यांच्या प्रेमात, नि:शब्दतेत त्यांच्या आयुष्याची सार्थकता आहे.

त्यांच्या आयुष्याचा झरा त्यांच्यातूनच उगम पावतो. त्यांची मुळं भूमीत आहेत आणि फांद्या आकाशाच्या दिशेने झेपावल्या आहेत.

अशा प्रकारच्या स्वतंत्र व्यक्तीलाच सौंदर्य असते, डौल असतो. अस्तित्वानं त्या व्यक्तीला जन्माला घालून जी संधी दिली त्याचं ती व्यक्ती सोनं करते. अस्तित्वाची इच्छा ती सफल करते. गर्दीतला एक भाग म्हणून जगणाऱ्यांच्या बाबतीत मात्र 'त्यांची गाडी चुकली' असंच म्हणावं लागतं.

प्रश्न

'दर्शन' भेटीमध्ये तुम्ही निवेदनोच्या प्रश्नाचं जे उत्तर दिलंत ते मी लक्षपूर्वक ऐकलं. माझ्या चेहऱ्यावर अश्रू गळत राहिले. मी तुमच्याबरोबर आहे. त्याला आता सात वर्षे झाली. या सात वर्षांत प्रथमच मला कळलं- नुसत्या बौद्धिक पातळीवर नाही, तर अगदी आतून भावलं की आयुष्याचा खरा खजिना हवा असेल तर आपल्या आत पाहणं हा एकमेव मार्ग आहे. ही गोष्ट मला इतकी जबरदस्त उमजूनसुद्धा माझं ध्यान सोपं झालेलं नाही. अंतर्यात्रेमध्ये त्याचा काही उपयोग होत नाही. पूर्वी तुम्ही प्रेम आणि नातेसंबंध या विषयांवर बोलत राहावं असं मला वाटायचं. ते विषय माझे प्रिय विषय होते. पण आता तुम्ही ध्यानावर कितीही बोललात तरी मला ते पुरेसं झालं असं वाटत नाही. कृपा करून मला विपश्यना ध्यानाबद्दल सांगाल का?

प्रेमसंपूर्णा, ध्यानाच्या हजारो पद्धती आहेत. पण विपश्यनेला जे स्थान आहे ते कदाचित अनन्यसाधारण आहे. जसं सगळ्या सिद्ध पुरुषांत गौतम बुद्धाचं स्थान एकमेव आहे, तसं अनेक बाबतीत बुद्ध अतुलनीय आहे. त्यांनी मानवतेला दिलेलं योगदान दुसऱ्या कोणापेक्षाही अधिक आहे. त्याची सत्याची तहान, आणि शोध दुसऱ्या कोणापेक्षाही अस्सल होता. कळकळीचा होता.

मला गौतम बुद्धाची का आठवण झाली असेल? तू विपश्यना ध्यानाबद्दल प्रश्न विचारलास. हे तेच ध्यान की ज्यामध्ये असताना सिद्धार्थाला बुद्धत्वाची प्राप्ती झाली.

'विपस्सना' हा मूळ पाली भाषेतला शब्द. पाली ही गौतमबुद्धाची भाषा. तशी त्याला संस्कृतसुद्धा उत्तम येत होती, कारण एक राजकुमार म्हणून त्याला त्या काळचं सर्वोत्कृष्ट वाङ्मय शिकविलेलं होतंच. पण त्याने बोलायला सुरुवात केली तेव्हा तो संस्कृतातून बोलला नाही. कारण संस्कृत ही पंडितांची भाषा होती. ब्राह्मणांची, पुरोहितांची भाषा होती ती. संस्कृत काही सर्वसामान्य माणसांची भाषा नव्हती.

संस्कृत भाषा ही कधीच बहुजनसमाजाची भाषा नव्हती. जगातल्या सगळ्या भाषांमध्ये संस्कृतचा हा आगळेपणा आहे की, ती भाषा फक्त विद्वानांनी बोलण्याची भाषा होती. पंडित आपापसात बोलताना ही भाषा वापरत. सामान्यांना या भाषेबद्दल सदैव गूढ राहिले. भाषांतर केलं तर त्यात विशेष असं काहीही नाही. उलट कधी कधी तरी त्यात निव्वळ भंपकपणा आहे. पण त्या भाषेचा नाद फार मधुर, संगीताला जवळ जाणारा असा आहे.

रचनेच्या दृष्टीने मात्र संस्कृत ही जगातली सर्वांत परिपूर्ण भाषा आहे. ती

शिकणं श्रमाचं काम आहे. मुळाक्षरेच ५२ आहेत. इंग्लिशमध्ये फक्त २६ मुळाक्षरे आहेत. म्हणजे आणखी २६ उच्चार इंग्लिश भाषेला अपरिचित आहेत. संस्कृत इंग्लिशच्या दुप्पट समृद्ध आहे. कारण सर्व प्रकारचे उच्चार ती व्यक्त करू शकते. संस्कृतच्या मुळाक्षराबाहेर एकही उच्चार असूच शकत नाही. सूक्ष्म अशा सानुनासिकांचाही अंतर्भाव संस्कृतच्या मुळाक्षरांत होतो. जे उच्चार अवघड आहेत, जे क्वचितच उच्चारले जातात, पण जिभेला त्यांचे उच्चारण शक्य आहे, असे सगळे उच्चार संस्कृतमध्ये समाविष्ट आहेत.

पण गौतम बुद्धाने आम जनतेच्या भाषेत बोलायचं ठरवलं. त्यानं उचललेलं हे पाऊल निश्चितच क्रांतिकारी होतं. कारण सामान्यांची भाषा व्याकरणदृष्ट्या अशुद्ध असते. ती सोपी असते. गुंतागुंतीची नसते.

भारतात इंग्रजीच्या बाबतीत हे घडलेलं आपण पाहतो. वास्तविक इंग्लिश ही नोकरशाहीची भाषा. सत्ताधाऱ्यांची भाषा. ब्रिटिश साम्राज्याची भाषा. त्यातले काही शब्द स्थानिक भाषांत घुसणं अपरिहार्य होतं. त्यामुळे झालेला बदल पाहण्यालायक आहे. ओबडधोबड लोकांनी भाषा वापरली की तिला जंगलातल्या फुलांचं रूप येतं. ती कातीव, कोरीव ब्रिटिश बागेतली राहत नाही.

भाषेला साधं रूप देण्याची सामान्य माणसांची लकब विचित्र असते. त्यात मग रिपोर्टचा 'रपट' होतो आणि 'स्टेशन'चं 'टेशन' किंवा 'सटेशन.'

पाली भाषा ही साधीसुधी भाषा आहे. एका अर्थानं ती अडाणी, निरागस लोकांची भाषा आहे. विपस्सना हा त्या भाषेतला शब्द आहे. संस्कृतमधला, त्याला समानार्थी शब्द 'विपश्यना' हा थोडा कठीण आहे. या शब्दाचा शब्दश: अर्थ आहे पाहणे. आणि त्याचा लक्षणार्थ आहे, साक्ष असणे, लक्षपूर्वक पाहणे.

गौतम बुद्धाने हे एक अत्यावश्यक असे ध्यान निवडले. इतर सगळे ध्यानाचे प्रकार साक्षी भावाचेच वेगवेगळे प्रकार आहेत. कोणत्याही ध्यानात साक्षीभाव टाळताच येत नाही. तो अत्यावश्यक असतो. बुद्धानं बाकी सगळं काढून टाकलं आणि फक्त आवश्यक तेवढा भाग ठेवला–साक्षीभाव.

साक्षीभावाच्या तीन पायऱ्या आहेत. बुद्ध हा शास्त्रशुद्ध विचार करणारा आहे. तो सुरुवात करतो शरीरापासून. कारण शरीराला पाहणं सगळ्यात सोपं असतं. माझा हात हलत आहे. आता मी तो उचलला आहे हे पाहायला सोपं जातं. चालताना, खाताना, आपण आपल्याला न्याहाळू शकतो.

म्हणून विपस्सनेची पहिली पायरी आहे– शरीराच्या हालचाली पाहणे. ही सगळ्यांत साधी पायरी आहे. शास्त्रीय पद्धत नेहमी साधेपणातून सुरू होते. शरीराकडे साक्षीभावानं पाहताना तुम्हांला जो नवा अनुभव येईल त्यानं तुम्ही चकित व्हाल. आपल्याच हाताची हालचाल आपण जेव्हा लक्षपूर्वक, काळजीपूर्वक,

जागेपणानं न्याहाळतो तेव्हा त्या हालचालीत एक प्रकारचा डौल, एक प्रकारची शांतता दिसून येते. एरवी त्या हालचालीत असा डौल नसतो.

बुद्ध अतिशय सावकाश चालत असे. इतक्या सावकाश की अनेक वेळा लोक त्याला विचारायचे, 'तुम्ही इतक्या हळू का चालता,' म्हणून. तो म्हणायचा, 'हा माझ्या ध्यानाचाच एक भाग आहे.' नेहमी असं चालायचं की जणू काही आपण हिवाळ्याच्या दिवसात थंडगार प्रवाहातून चालत आहोत. सावकाश सावध.... कारण प्रवाह अतिशय थंड आहे. लक्षपूर्वक. कारण प्रवाहाला जोर आहे. प्रत्येक पावलाकडे लक्ष द्यायला हवं. कारण नाहीतर प्रवाहातल्या एखाद्या दगडावरून पाय घसरेल.

दुसरी पायरी आहे मनाकडे साक्षीभावाने पाहण्याची. रीत तीच, पण आता न्याहाळण्याची वस्तू बदलते. तुम्ही अधिक सूक्ष्म प्रांतात शिरता. शरीराकडे साक्षी भावानं पाहणं जर तुम्हांला जमलं तर दुसऱ्या पायरीला अडचण येणार नाही. विचार म्हणजे सूक्ष्म तरंग असतात. विद्युत परमाणू तरंग, रेडियो लहरी, पण त्याही तुमच्या शरीराइतक्याच भौतिक, अनात्म असतात. त्या दृश्य नसतात एवढंच. जशी हवा दिसत नाही, पण हवासुद्धा दगडासारखी एक भौतिक पदार्थ असते. त्याप्रमाणे तुमचे विचार अदृश्य असले तरी भौतिक असतात.

ही दुसरी पायरी म्हणजे मधली पायरी आहे. तुम्ही अदृश्याकडे जात आहात. पण अजूनही ते दैहिकच आहे. विचारांना न्याहाळत रहा. अट एवढीच की त्यांना पारखण्याचा, त्यावर मत देण्याचा मोह टाळा. कारण एकदा का तुम्ही ते विचार जोखायला लागलात की साक्षीभाव हरवून जाईल. मग तुम्ही त्यात गुंतून जाल. मग तुम्ही अलिप्त राहू शकत नाही. रस्त्याच्या बाजूला उभे राहून रहदारी बघण्याचा अलिप्तपणा मग राहत नाही.

मनात जे काही चाललंय त्या बाबतीत चांगलं-वाईट कोणताही दृष्टिकोन नको. फक्त विचारांकडे पाहत रहा. कसं? तर आकाशातून जाणाऱ्या ढगांकडं पाहावं तसं. ढगांबद्दल तुम्ही असं निदान करता का की हा काळा ढग फार वाईट आहे किंवा हा शुभ्र ढग एखाद्या संतासारखा आहे. ढग हे ढग असतात. ते चांगलेही नसतात आणि वाईटही नसतात.

विचारही तसेच असतात. तुमच्या मनातून एक लहानशी लाट दौडत जाते. कोणतंही मूल्यमापन न करता नुसतं विचारांना पाहत रहा. तुम्हांला एक आश्चर्यकारक अनुभव येईल की जसंजसं तुमचं पाहणं स्थिर होईल तसतसे विचार कमी यायला लागतील. प्रमाण अगदी सारखं आहे. जर तुम्हांला ५० टक्के साक्षीभाव साधला तर तुमचे ५० टक्के विचार गायब होतील. ६० टक्के साक्षीभाव साधला तर ६० टक्के विचार निघून जातील. ९९ टक्के जर विचार न्याहाळण्यात तटस्थ राहण्यात

यश आलं तर अधेमध्ये एखादाच विचार येऊन जाईल. रस्त्यावरची सगळी रहदारी पांगलेली असेल.

आणि जेव्हा तुम्हांला शंभर टक्के शुद्ध साक्षीभाव साधेल तेव्हा तुम्ही म्हणजे फक्त आरसा असाल. आरशाला कुठे मूल्यमापन असतं? आरशात एखादी कुरूप स्त्री बघेल किंवा सुंदर स्त्री बघेल, आरशाला दोन्ही सारखंच. कारण तो अलिप्त असतो. साक्षीभाव हा आरशासारखा व्हायला हवा.

ध्यानाची ही सर्वांत मोठी कामगिरी आहे. आता तुम्ही अर्ध्या रस्त्यावर आलात. हा अवघड होता. आता पुढचं सोपं आहे. कारण तुम्हांला इंगित सापडलेलं आहे. हेच तुम्ही इतर बाबतीत लावू शकता. भावभावनांच्या बाबतीत, भावावस्थांच्या बाबतीत. केवळ साक्षीभाव. कसलंही मूल्यमापन नाही. यामुळे त्या सगळ्या भावभावना असून नसल्यासारख्या होतील. त्या तुमचा ताबा नाही घेणार.

आता तुम्ही उदास होता तेव्हा काय होतं? तर तुम्ही खरोखरच उदास होता. कारण ती उदासी तुमचा ताबा घेते. तुम्हांला झपाटून टाकते. जेव्हा तुम्ही रागावता, तेव्हा तुम्ही रागाने भरून जाता. तुमच्या शरीरातील प्रत्येक तंतू रागाने थरथरू लागतो.

साक्षीभाव साधला तर कोणताही विकार तुमचा ताबा घेत नाही. उदासी येते आणि जाते, पण तुम्ही उदास होत नाही. सुख येते आणि जाते. त्याने तुम्ही हरवूनही जात नाही. प्रथमच तुम्हांला एका स्वामित्वाचा अनुभव येतो. तुम्ही आता कोणाचे गुलाम नसता. कुणीही इकडून तिकडे ढकलावं असं आता राहत नाही. कोणत्या तरी क्षुल्लक, फालतू कारणासाठी त्रागा करून घेण्याचा आता प्रश्नच येत नाही.

लहानपणी, आमच्या गावी एक डॉक्टर होते. डॉ. हिरालाल गोत्रे. तसं या डॉक्टरांबाबत सगळं चारचौघांसारखं होतं. फक्त एक गोष्ट होती. ती अयोग्य म्हणता येण्यासारखी नव्हती, पण थोडी विचित्र होती. डॉक्टरांची पत्नी त्यांच्यापेक्षा खूप उंच होती. डॉक्टर फारच बुटके होते. दोघांत जवळजवळ एक फुटाचा फरक होता. सारं गाव त्यांना हसायचं. दोघं मिळून बाहेर पडले की लोक टर उडवीत आणि योगायोग असा की त्यांचा कंपौंडर जो होता तो चांगला उंचापुरा, देखणा होता. व्यक्तिमत्त्वांचा विचार केला तर तो डॉक्टर वाटायचा आणि डॉक्टर वाटायचे कंपौंडर.

मला एक गंमत सुचली आणि ती लागूही पडली. मी कंपौंडरकडे गेलो आणि म्हणालो, "डॉक्टरसाहेब, तुमचे कंपौंडर कुठे आहेत?"

तो म्हणाला, "काय?"

आणि डॉक्टर भडकले. "माझ्या कंपौंडरला तू डॉक्टर म्हणून हाक मारतोस

याचा अर्थ काय?'' मी म्हणालो, ''मी तरी काय करू? सगळं गाव त्यांनाच डॉक्टर समजतं. ते दिसतातही डॉक्टरसारखेच. तुम्ही माझी थट्टा करताय की काय?''

ते म्हणाले, ''थट्टा कसली? मी खरंच सांगतोय. आणि जर तू माझं ऐकलं नाहीस तर मला तुझ्या वडिलांकडं यायलाच लागेल.'' मी म्हटलं, ''या तुम्ही. पण बरोबर डॉक्टरांना मात्र घेऊन या. म्हणजे कोणाचं बरोबर ते मला सिद्ध करता येईल.'' त्याच वेळी त्यांची बायको नेमकी बाहेर आली. त्या दोघांचं कशावरून तरी भांडण झालं असणार. कारण तिने लगेच मला दुजोरा दिला. ती म्हणाली, ''हा म्हणतोय ते बरोबरच आहे. नाहीतरी कंपौंडर तुमच्यापेक्षा चांगलाच दिसतो. तुम्ही पिग्मी दिसता पिग्मी.''

मी म्हणालो, ''तुम्ही माझ्या वडिलांकडे येणार होता ना? पण या डॉक्टरांच्या मिसेस.....''

ते म्हणाले, ''गप बस. ही माझी बायको आहे.''

मी म्हटलं, ''तुम्ही सगळया जगाच्या डोळ्यांत कशी काय धूळ फेकाल?''

सगळ्या गावाला याबाबत थोडं कुतूहल होतं. पण कोणालाच नक्की काय ते माहीत नव्हतं. मग मी बातमी पसरवून दिली की आपला सगळ्यांचा गैरसमज झाला होता. ज्या बुटबैंणनला आपण डॉक्टर समजत होतो तो डॉक्टर नाहीय, तो कंपौंडर आहे. आणि ज्या उंच माणसाला आपण कंपौंडर समजत होतो तो डॉक्टर आहे आणि ती बायकोही त्याचीच आहे....''

त्या दिवसापासून एक पीडाच सुरू झाली. जो कोणी दवाखान्यात यायचा तो डॉक्टरला विचारायचा, ''अहो, कंपौंडरसाहेब, डॉक्टर कुठे आहेत?''

त्याला इतका संताप यायला लागला. काही दिवसानं त्यानं जवळ एक काठीच बाळगायला सुरुवात केली.

''का म्हणता मला कंपौंडर?'' असं म्हणत तो लोकांच्या मागं धावायला लागला.

लोक म्हणायचे, ''तुम्ही तर कंपौंडरच आहात. सगळ्या गावाला माहीत आहे.''

तो कंपाऊंडरसुद्धा गप्प बसायचा. या खेळानं त्याची चांगलीच करमणूक होत होती. तो एक शब्द बोलायचा नाही.

डॉक्टर हातात काठी घेऊन मागं धावायचे. मला गावातले सगळे गल्लीबोळ माहीत होते. मी डॉक्टरांना भरपूर धावायला लावायचो.

डॉक्टर माझ्या नावाने खूप ओरडायचे.

''हा मुलगा माझ्या प्रॅक्टिसची वाट लावतोय. प्रॅक्टिस करण्याऐवजी मी दिवसभर लोकांच्या मागं धावण्यात वेळ घालवतोय. किती चमत्कारिक मुलगा

आहे हो. त्यानं माझ्या बायकोचेही कान फुंकलेत. तीही माझ्याकडे पाहून कुत्सितपणे हसते आणि तुम्ही कंपौंडर आहात असं म्हणते.''

पुढं पुढं मग बोलण्याऐवजी मी एक लहानसं प्रतीक तयार केलं. पण त्याचाही तोच परिणाम झाला. मी काय करायचो, हाताची दोन बोट उंच करायचो. त्यापैकी एक अर्धं दुमडलेलं असायचं आणि दुसरं पूर्ण असायचं. एक शब्द न बोलता अशी दोन बोटं करून मी रस्त्यावरून जायचो. लगेच डॉक्टर काठी घेऊन मागं लागलेच म्हणून समजा. लोक म्हणायचे, ''अहो, कंपौंडरसाहेब, हद्द झाली तुमच्यापुढे. हा मुलगा तुम्हांला काही बोलला का? आता हात त्याचा, बोटं त्याची, ती त्यानं कशी ठेवावीत हा त्याचा प्रश्न आहे. तुमचा काय संबंध?'' तो म्हणायचा, ''संबंध माझाच तर आहे. माझ्याच दवाखान्यासमोरून जाताना हा नेहमी एक बोट वर आणि दुसरं खाली करून का बरं जातो?''

ही गंमत शाळेतल्या मुलांना समजली. शाळेचा रस्ता डॉक्टरांच्या घरावरूनच होता. सगळी मुले त्याच्या घरासमोरून एक बोट वर आणि एक खाली करून जायची. तो संतापाने वेडा व्हायचा. पण त्याला काही करता यायचं नाही.

आम्ही पोलिसातसुद्धा रिपोर्ट दिला की, हा माणूस वेडसर आहे. तो कंपौंडर आहे आणि स्वत:ला डॉक्टर समजतो. आम्ही आमची बोटं कशी ठेवावीत याचा त्याच्याशी काही एक संबंध नाही.''

पोलिस इन्स्पेक्टर म्हणाला, ''अर्थातच नाही. त्याचा कोणाशीच संबंध नाही. तरी मला शंका येतच होती की हा डॉक्टर नसून कंपौंडरच असणार म्हणून. तो दिसतोच तसा. तो दुसरा डॉक्टरसारखा दिसतो. तरुण, उंचनिच, स्मार्ट.''

एक दिवस हाताची बोटे उंचावून मी जात असताना त्याने मला घरात बोलावले. ''प्लीज, तू ये.'' मी म्हटलं, ''काय कंपौंडरसाहेब? आज इतका मोठा फरक कसा काय पडला तुमच्या वागण्यात?''

त्यानं कसाबसा राग गिळला आणि मला खुर्चीवर बसायला सांगितलं.

मी म्हटलं, ''वा! काय म्हणता?''

तो काकुळतीला येऊन म्हणाला, ''हे बघ, नीट लक्ष देऊन ऐक. मी एक गरीब माणूस आहे आणि तू माझी सगळी प्रॅक्टिस धुळीला मिळवलीस. आता एकही पेशंट माझ्याकडं येत नाही. कुणी आलाच तर त्या कंपौंडरकडे जातो. फार अपमानकारक वाटतं मला ते. सहन होत नाही अगदी.''

मी म्हणालो, ''मी काहीही केलेलं नाही. एका फालतू, नगण्य गोष्टीत नको इतकं गुंतलात तुम्ही आणि आपल्या हातानं आपल्या प्रॅक्टिसचा सत्यानाश केलात. तुम्हांला निर्विकारसुद्धा राहता आलं असतं. आता तुमची उंची कमी आहे हे तर खरंच आहे! कदाचित तुम्ही डॉक्टर असालही. तुम्ही जर त्या गोष्टीला फाजील

महत्त्व दिलं नसतं तर सारं आपोआप निवळलं असतं.''

तो म्हणाला, ''आता तुलाच काहीतरी करायला हवं.''

मी म्हटलं, ''ते अशक्य आहे. तुम्ही कंपौंडर नसून डॉक्टर आहात हे उभ्या गावाला पटवून देणं काही मला शक्य होणार नाही. कारण तसं करण्यानं मी स्वत:च्याच विरोधात गेल्यासारखं होईल.''

अगदी निरर्थक, फालतू गोष्टींसाठी लोक आपलं स्वास्थ्य घालवून बसतात. कोणीतरी तुमच्याजवळून जाताना आपला डोळा मिचकावला, तर काय झालं? त्यानं काहीच केलेलं नाही. डोळा त्याचा आहे. तो मिचकावण्याचा त्याला हक्क आहे. अगदी घटनाधिष्ठित हक्क आहे. मग तुम्ही कशाला अस्वस्थ होता? समजा ज्या ज्या वेळी तो तुम्हांला पाहतो त्या त्या वेळी डोळा मिचकावतो, असं झालं की तुम्हांला राग यायला लागतो. आपली जाणीव इतकी लहान असते की तिचा कोणीही ताबा घ्यावा. कोणताही मूड, कोणतीही भावना, कशानंही तुमची जाणीव कासावीस होते.

जेव्हा तुम्ही तिसऱ्या अवस्थेत साक्षी व्हाल तेव्हा मात्र तुम्ही खऱ्या अर्थानं स्वामी व्हाल. कशानंही अस्वस्थ नाही होणार तुम्ही. कुणी तुमच्यावर सत्ता नाही गाजवू शकणार. सगळं दूर राहील. खोल... खाली राहील आणि तुम्ही शिखरावर असाल.

या झाल्या विपस्सनेच्या तीन पायऱ्या. विपस्सना ध्यान करण्याच्या कितीतरी पद्धती आहेत. जपानमध्ये श्वासोच्छवास करताना आपल्या पोटाच्या हालचालीकडे लक्ष केंद्रित करतात. म्हणून तर बुद्धाचे जे जपानी पुतळे आहेत त्यांची पोटं मोठी असतात. भारतीय बुद्धाचं पोट कधीच मोठं असणार नाही. ते बरं दिसत नाही. सौंदर्यशास्त्राला धरून होत नाही.

पण जपानी बुद्धाचं पोट दिसायलाच हवं. कारण विपस्सना करण्याची पद्धतच मुळी पोटाच्या वरखाली होण्यावर आधारलेली आहे. छाती अविचल आणि पोट श्वासाबरोबर वर आणि उच्छ्वासाबरोबर खाली होत राहतं. त्याचं निरीक्षण करणं ही जपानमधील विपस्सना झाली. यात ही एकमेव पायरी आहे.

सिलोनमध्ये दोन पायऱ्या आहेत. पहिली म्हणजे श्वासोच्छ्वासावर लक्ष ठेवणं. तेही बेंबीजवळ नाही, तर नाकाच्या टोकाजवळ. जेव्हा आपण श्वास घेतो तेव्हा हवा आपल्या नाकपुड्यांना स्पर्श करत असल्याचे आपल्याला जाणवते आणि उच्छवासातून गरम हवा ज्या वेळी नाकाबाहेर फेकली जाते त्या वेळी तेही आपल्याला जाणवते. या दोन्ही घटनांकडे लक्ष देणं ही झाली पहिली पायरी.

आणि आता दुसरी पायरी– श्वास आत घेतल्यानंतर तो पुन्हा बाहेर फेकेपर्यंत मध्ये एक अवसर, फट असते. काही सेकंदांचा हा विश्रामकाळ असतो. त्या सेकंदांकडे लक्ष द्या. जर ते क्षण तुम्हांला पाहता आले तर बाहेरच्या बाजूचाही असा

अवसर तुम्हांला पाहता येईल. जेव्हा उच्छ्वास बाहेर पडतो तेव्हा श्वास आत येण्यापूर्वीही असाच मोकळा अवसर असतो. एक लहानसं मध्यांतर. त्याकडेही तटस्थपणे लक्ष ठेवा.

तिबेटमधली पद्धत आणखी वेगळी आहे. कोरियामधली आणखी वेगळी, तर चीनमध्ये त्याहून वेगळ्या पद्धतीनं विपस्सना ध्यान केलं जातं. या बाबतीत मी वर्णन केलेल्या तीन पायऱ्या सर्वांत सोप्या आणि साध्या आहेत असं मला वाटतं. कोणालाही त्या करता येतील. त्यासाठी फार मोठ्या विद्वत्तेची गरज नाही; तपश्चर्येची गरज नाही की शहाणपणाची गरज नाही. या तीन पायऱ्यांनंतर खराखुरा अनुभव येतो. या तीन पायऱ्या तुम्हांला मंदिराच्या द्वारापर्यंत घेऊन जातात. आणि ते द्वार तर उघडंच असतं.

जेव्हा तुम्ही शरीर, मन आणि अंत:करण या पातळ्यांवर पूर्णपणाने साक्षी व्हाल तेव्हा मात्र तुम्हांला वाट पाहावी लागेल. चौथी पायरी आपोआप घडेल, हे लक्षात ठेवा. ती आणण्याची खटपट करू नका. जर प्रयत्न करायला गेलात तर ते निष्फळ ठरतील हे निश्चित. तुम्ही तीन पायऱ्यांची तयारी करा. चौथी आपोआप होईल. खुद्द अस्तित्वानं तुम्हांला दिलेला पुरस्कार असेल तो. अचानक तुमच्या जीवनाची शक्ती, तुमचा साक्षीभाव तुमच्या अस्तित्वाच्या केंद्रामध्ये शिरत असल्याचा तुम्हांला अनुभव येईल. आपण घरी परत आलो असं जाणवेल तुम्हांला.

याला मग तुम्ही स्वत:ची ओळख म्हणा, बुद्धत्व म्हणा, अंतिम स्वातंत्र्य म्हणा, काहीही म्हणा. पण अनुभव तोच असेल. आपला शोध संपल्याचा क्षण. विलक्षण आनंदाचा प्रत्यय. या आनंदामागोमाग येते एक शांत सावली. ती आत- बाहेर पसरून राहते. ध्यान हे काम नसतं.

तो असतो एक निर्भेळ आनंद. सर्वांत शुद्ध, अस्सल आनंद.

जसजसे तुम्ही अधिकाधिक खोलवर जाल तसतसे कितीतरी सुंदर सुंदर अवकाश तुमच्या वाटेत येतील. प्रकाशाने झगमगणारी ठिकाणं येतील. तोच तुमचा खजिना. एक खोल... अधिकाधिक खोल शांतता... नि:शब्दता. तिथं केवळ आवाजाची अनुपस्थिती नसेल; तर ध्वनिरहित अशा गाण्याची उपस्थिती असेल. संगीतमय, नृत्यमय, जिवंत गाणं.

ज्या वेळी तुम्ही तुमच्या अस्तित्वाच्या अंतिम टोकाला जाल, वादळाच्या केंद्रस्थानी जाल, त्या वेळी तुम्हांला ईश्वराचं दर्शन होईल. एक व्यक्ती म्हणून नाही; तर एक प्रकाश म्हणून. एक चैतन्य म्हणून, एक सत्य म्हणून. एक सौंदर्य म्हणून. ज्या क्षणाची प्रतीक्षा माणूस शतकानुशतके करत आहे तो क्षण असेल तो.

ज्या गुप्त खजिन्याची माणसानं स्वप्नं पाहिली तो खजिना असा माणसाच्या आतच दडलेला आहे.

आणि हे अजिबात त्रासदायक नाही. ही एखादी कठोर तपश्चर्या किंवा छळ नाही. उलट ते अतिशय आनंददायक, संगीतमय, काव्यमय आहे आणि ते वाढत वाढत जाऊन केवळ आनंदाचे रूप घेते. ते काही एखादे काम नाही. तर ती एक प्रार्थना आहे. मला ठाऊक असलेली एकमेव प्रार्थना. तुमचं स्व-रूप तुम्हांला गवसणं यालाच मी प्रार्थना मानतो. त्या वेळी तुमच्यामध्ये अस्तित्वाबद्दल एक कृतज्ञता दाटून येते. ती कृतज्ञता म्हणजेच खरीखुरी प्रार्थना असते. बाकीच्या सगळ्या प्रार्थना तद्दन खोट्या, बनावट आणि कृत्रिम असतात. गुलाबाला सुगंध यावा तशी प्रार्थना तुमच्या आतून आली पाहिजे.

तुझे बालीश प्रश्न-मित्रांबद्दलचे, मैत्रिणींबद्दलचे, तथाकथित नातेसंबंधाबद्दलचे. तू सोडून देत आहेस, हे फार चांगलं आहे. इथं आधी स्वत:शी स्वत:चं नातं ठाऊक नाही आणि चालले इतरांशी नातं जोडायला!

तू ध्यानाबद्दल प्रश्न विचारत आहेस हे चांगलंच आहे. त्यामुळे तुझ्यामध्ये तर परिवर्तन होईलच, पण तुझ्या नातेसंबंधामध्येही परिवर्तन येईल. त्यामुळे अस्सल प्रेमाचा एक झरा वाहायला लागेल. तुझ्यातून प्रेम ओसंडून जाईल आणि मग तुला कळेल की ज्याला आपण प्रेम प्रेम म्हणत होतो ते प्रेम नव्हतंच मुळी. ती होती एक जैविक लालसा. त्यांच्या मुळाशी तुझे हार्मोन्स होते. प्रेम हे जैविक नसतं ही गोष्ट फक्त ध्यान करणारालाच जाणता येते. आध्यात्मिक विकासाच्या परमावधीतून असं प्रेम निर्माण होतं आणि ते सगळ्यांना वाटण्याची ऊर्मीही त्याच्याबरोबरच उसळत असते. कारण ते तुम्ही जितक्या प्रमाणात वाटता तितक्या प्रमाणात तुम्हांला ते मिळत राहतं.

५

प्रत्येक आसक्ती संघर्ष निर्माण करते

तुम्हांला कशाची आसक्ती
वाटते हे महत्त्वाचं नाही.
तुम्ही शांतीची आसक्ती धराल
किंवा सत्तेची धराल, किंवा
पैशाची किंवा ध्यानाची
आसक्ती धराल. तुम्ही
त्यानं काही फरक पडत नाही.
कारण आसक्तीचं स्वरूप
सगळीकडे तेच असतं.
तुमच्या आत संघर्ष चालू असतो.
तुम्ही आतून कधीच शांत नसता.
असूच शकत नाही.

प्रिय ओशो,

विद्रोही माणसाच्या दृष्टीने शांती म्हणजे काय?

रसो, विद्रोही माणसासाठी शांती म्हणजे त्याचा प्रकाश, त्याचा सुगंध, आपल्या अंत:करणाशी असणारी त्याची एकतानता, त्याचा अस्तित्वाशी जुळलेला सूर. मनाचे सगळे संघर्ष केवळ जुन्या स्मृतींच्या रूपात राहतात. मन आता दुभंगलेलं, विभागलेलं, स्किझोफ्रेनिक राहत नाही.

ज्याने विद्रोहाचा वा धर्मांचा अनुभव घेतलेला नाही असा जो सर्वसामान्य माणूस असतो तो म्हणजे एका दुभंगलेल्या घरासारखा असतो. आत आणि बाहेर त्याचा सतत संघर्ष चालू असतो. पैशासाठी, सत्तेसाठी, प्रतिष्ठेसाठी, सन्मानासाठी... कशा ना कशासाठी तरी सतत संघर्ष. हा इतका अखंड असतो की अखेरच्या श्वासाबरोबरच तो थांबतो. माणसाचं बाह्य आयुष्य म्हणजे दुसरं-तिसरं काही नसून सत्तेचं राजकारण असतं. निरंतर युद्ध असतं.

आतल्या बाजूची परिस्थितीही काही वेगळी नसते. कारण बाहेर आणि आत यात फार फरक असूच शकत नाही. ते एकाच व्यक्तीचे भाग असतात. आतल्या बाजूला माणूस आपल्या स्वभावाविरुद्ध, उपजत उर्मींविरुद्ध झगडत असतो. कारण तथाकथित शहाण्या लोकांनी त्यांचा निषेध केलेला असतो. त्यांचा निषेध माणूस आंधळेपणाने शिरसावंद्य मानतो. स्वत:ची समज तो वापरतच नाही आणि आपल्याच स्वभावाशी झगडून झगडून तो पंगू होऊन बसतो.

आणि जो माणूस आपल्या सहजप्रेरणांशी म्हणजेच आपल्या शरीराशी संघर्ष करतो तो आत्म्याशीही संघर्ष करतो. शरीर शांत करणं तसं सोपं असतं. आत्म्याची शांती ही अधिक सूक्ष्म, अधिक अदृश्य गोष्ट असते.

अस्तित्वाने दिलेल्या प्रत्येक नैसर्गिक प्रेरणेशी माणूस संघर्ष करत असतो. प्रेम, सत्याची आस... सत्याची आस त्यानं धरताच कामा नये. का? तर परंपरा त्याला पढवत राहते. तू सत्याचा शोध कशासाठी करतोस? ते तर आधीच शोधून काढलेलं आहे. तू फक्त त्याच्यावर विश्वास ठेव.

तुमच्याकडून कोणत्याही प्रकारचा शोध म्हणजे बंडाचं लक्षण. पण तुम्ही

फक्त विश्वास ठेवता. श्रद्धा ठेवता. येशू ख्रिस्तावर श्रद्धा, महावीरावर श्रद्धा, गौतम बुद्धावर श्रद्धा. पण तुम्ही स्वत:वर कधी विश्वास ठेवत नाही.

सगळ्या धर्मांचं एका बाबतीत अगदी एकमत आहे की माणसानं स्वत:वर विश्वास ठेवता कामा नये. स्वत:विरुद्ध तुम्ही सतत सावध राहिलं पाहिजे. त्यांनी तुम्हांला स्वत:चाच शत्रू करून टाकलेलं आहे. त्यामुळे तुमच्या अंतर्यामी एक सूक्ष्म संघर्ष सातत्यानं चालू असतो आणि तुम्हांला आत-बाहेर कुठंच शांती नसते.

हां, कधीकधी तुम्ही म्हणता 'मी शांतपणाने जगतोय' आणि कधीकधी तुम्ही असंही म्हणता की 'मी फार अस्वस्थ आहे.' पण तुमच्या शांत असण्यात आणि अस्वस्थ असण्यात जो फरक असतो तो गुणात्मक नसतो, तर परिणामात्मक असतो. अंशात्मक असतो. ज्याला तुम्ही शांती म्हणता ते एक प्रकारचं शीतयुद्ध असतं. तुम्ही थकलेले असता. भागलेले असता. जुना खेळ पुन्हा सुरू करण्यापूर्वी तुम्हांला थोडी विश्रांती हवी असते. म्हणजे कधी कधी तुमचं आत आणि बाहेर शीतयुद्ध चालू असतं; तर कधी कधी प्रत्यक्ष युद्ध. म्हणजे युद्ध हे असतंच.

तुम्ही कधीच शांत नसता. शांत असूच शकत नाही तुम्ही. शांतीच्या फुलांना बहर यावा यासाठी भूमीची मशागतच नाही करत तुम्ही. तुमची ती लायकीच नसते. म्हणजे लायक होण्याचं सुप्त सामर्थ्य तुमच्याकडं असतं, पण तुम्ही लायक नसता. हा फरक लक्षात ठेवा. शांतीसाठी लायक होणं हे तुमच्याच हातात आहे. ते तुमच्या आवाक्यात आहे. पण आजवर तुम्ही तिकडे ढुंकूनसुद्धा पाहिलेलं नसतं. दुसरीकडेच कुठंतरी लक्ष असतं तुमचं. शांतीला अडथळा आणतील अशा गोष्टींमध्ये तुम्ही गुंतून असता.

डायोजिनेस हा जगातल्या सर्वांत शांत माणसांपैकी एक. त्यानं एकदा अलेक्झांडरला विचारलं, "तुला कुठं जायचं आहे? तुझं ध्येय काय? तुला खरोखर काय हवं आहे? गेले कित्येक महिने सैन्याच्या पलटणी इथून जाताना मला दिसताहेत. मला कळत नाही की हे सारं कशासाठी?" अलेक्झांडरनं उत्तर दिलं, "मला सगळं जग जिंकायचं आहे." डायोजिनेस म्हणाला, "ठीक आहे. सगळं जग तू जिंकलंस असं समज. त्यानंतर काय?"

अलेक्झांडर थोडा बुचकळ्यात पडला. कारण त्याला आजवर असा प्रश्न कुणीच विचारलेला नव्हता. पण तरी तो नम्रपणाने म्हणाला, "त्यानंतर मी चिंतामुक्त होऊन शांत होईन." डायोजिनेस खो खो हसायला लागला. सकाळच्या वेळी सारी दरी त्याच्या हसण्याच्या आवाजानं निनादून गेली. डायोजिनेसचा एकमेव सोबती एक कुत्रा जवळच होता. तो कुत्रा आयुष्यभर त्याच्याबरोबर होता. डायोजिनेसने त्या कुत्र्याला विचारलं, "ऐकलंस ना? कळलं का तुला?" आणि त्या कुत्र्याने चक्क 'होय! मला कळलं' अशा अर्थानं मान हलवली. अलेक्झांडरचा आपल्या

डोळ्यांवर विश्वासच बसेना. तो म्हणाला, “कमाल आहे. मला समजलं या अर्थानं यानं जी मान हलवली ती का? काय समजलं त्याला?”

डायोजिनेस म्हणाला, “जे सगळ्या अस्तित्वाला समजतं तेच. की जर तुम्हांला खरोखरच चिंतामुक्त शांत जीवन जगायचं असेल तर कोण अडवणार आहे? जग जिंकण्यात वगैरे कशाला वेळ घालवायचा? तू तर असं बोलतोस की चिंतामुक्त होण्यासाठी जग जिंकण्याची आवश्यकता आहे. शांत होण्यासाठी, ध्यानपर होण्यासाठी, सुंदर सूर्योदयाचा आनंद घेण्यासाठी जग जिंकणं आवश्यक आहे. पण मग भलतंच कठीण होऊन बसेल शांत होणं. मग आमच्यासारख्या गरीब लोकांचं काय? आम्ही तर एकही वस्तू जिंकलेली नाही. आमच्या मालकीचं काहीही नाही. पण मी तर पहिल्यापासूनच शांत आहे. चिंतामुक्त आहे. हा आताचा क्षण मी पूर्णपणे उपभोगतो आहे. आणि यासाठी आम्हांला पुरेशी जागाही आहे.” नदीचं पूर्ण तीर आसपास होतं.

तो म्हणाला, “इथली कोणतीही जागा तू निवड. त्यासाठी स्वारी करण्याची किंवा जिंकण्याबिंकण्याची गरजच नाही. समज इथं मी पहुडलोय ही जागा तुला हवी असेल तर तसं सांग. मी बाजूला सरकीन. तू इथं पड. या माझ्या कुत्र्याची जागा तुला हवी असेल तर ती घे. तो बाजूला सरकेल. तो फारच समजूतदार आहे.” आणि तो कुत्रा खरंच बाजूला सरकला. आपलं शेपूट हलवत तो जणू म्हणत होता, “अलेक्झांडर, घे ही जागा खुशाल.”

डायोजेनीसचं तर्कशास्त्र अगदी स्पष्ट होतं. जर तुम्हांला शांती, समाधान, चिंतामुक्ती हवी असेल तर या क्षणापासून सुरुवात करा. त्यासाठी जग जिंकायला हवं ही अत्यावश्यक अट नसतेच मुळी. खरं म्हणजे ती अनावश्यक अटसुद्धा नाही.

पण आपण आपल्या शांतीच्या विरोधात जाणाऱ्या सगळ्या गोष्टी करण्यात आयुष्य घालवतो. आपला हावरटपणा, आपली लालसा, अधिक.... आणखी-अधिक हवं यासाठी असलेली आपली आसक्ती, सदैव उच्च स्थानी राहण्याची धडपड करणारी आपली अंतहीन महत्त्वाकांक्षा... काय करणार आहोत आपण सर्वोच्च स्थानावर जाऊन?

एडमंड हिलरीनं एव्हरेस्टवर जाऊन काय केलं? त्या शिखरावर काहीही काम नसताना तो जेव्हा नुसता उभा असेल तेव्हा किती मूर्खासारखं वाटलं असेल त्याला. त्यानं सारं आपलं आयुष्य त्यासाठी पणाला लावलं. त्याच्यापूर्वी शेकडो माणसांनी त्या प्रयत्नात आपले प्राण गमावले हे त्याला चांगलं माहीत होतं. त्या ठिकाणी काहीही मिळणार नव्हतं. शाश्वत बर्फ... त्याखेरीज तिथं काहीच नव्हतं. पण माणसाचं वागणं किती चमत्कारिक असतं!

तुमच्या इच्छा, आकांक्षा, वासना, विकार, महत्त्वाकांक्षा, यांचं नीट निरीक्षण करा. म्हणजे कळेल तुम्हांला अडथळा कोणामुळे येतोय ते. नाहीतर शांती ही अगदी स्वाभाविक गोष्ट आहे. आईच्या पोटात नऊ महिने तुम्ही किती विलक्षण शांत होतात.

रसो, तू मला विचारलंस, विद्रोही माणसाच्या दृष्टीने शांती म्हणजे काय?

शांतीला एकमेव स्वाद असतो आणि तो म्हणजे रुचकर. अस्तित्वाचाच अंतिम स्वाद असतो तो. तुम्ही सगळे अडथळे दूर करा, सगळ्या चिंता, सगळे ताण, सगळ्या विवंचना दूर करा... मग शांतीच शांती लाभेल तुम्हांला. कारण शांती ही तुमच्यामध्ये असतेच. ती तुमच्या अस्तित्वगत असतेच. शांती हाच तुमचा स्वभाव आहे.

पण माणूस खरंच इतका ठार वेडा आहे की या शांतीलाच तो आपली महत्त्वाकांक्षा करून टाकतो. शांतीचीच आसक्ती त्याला लागून राहते. आत्मशोध घ्यायला निघालेल्या प्रत्येक माणसासमोरची शृंगापत्ती हीच असते. त्यानं यातला असंगतपणा समजून घेतला पाहिजे.

तुम्ही शांतीची आसक्ती धरू शकत नाही. कारण आसक्ती म्हणजे अडथळा. मग आसक्ती कशाचीही असेल. सत्तेची असेल किंवा शांतीची असेल. आसक्तीचं स्वरूप सगळीकडे तेच असतं. आसक्ती म्हणजे ताण. खेचलेली दोरी. तिचं लक्ष्य नेहमी भविष्यात असतं आणि शांतीचा संबंध वर्तमानाशी असतो.

ज्या क्षणी तुम्ही आपल्या सगळ्या आशाआकांक्षांचा, महत्त्वाकांक्षांचा त्याग कराल त्या क्षणी तुम्हांला एका अपूर्व शांतीचा अनुभव येईल.

आपल्याच अस्तित्वाच्या मंदिरात आपण अगदी शांत बसलो आहोत असा तुम्हांला अनुभव येईल.

पण असा अनुभव येत नाही. ही अवस्था कशी आहे हे स्पष्ट करण्यासाठी मी काही किस्से सांगतो.

टॉमने आणलेली प्रत्येक मुलगी त्याच्या आईने धुडकावून लावली. शेवटी त्याच्या एका मित्रानं सल्ला दिला, ''असं कर ना. हुबेहूब तुझ्या आईसारखी दिसणारी, आईसारखी बोलणारी, तसेच कपडे घालणारी एखादी मुलगी शोध आणि आईकडे घेऊन जा.''

खूप शोधाशोध केल्यावर टॉमला अशी मुलगी सापडली. तो मित्राला सांगत आला, 'तू सांगितली तशीच अगदी माझ्या आईसारखी मुलगी मिळाली मला. माझ्या आईला खूप आवडली ती. पण....''

''आता कसला पण?''

''पण ती माझ्या वडिलांना अजिबात आवडली नाही ना....''

शांती मिळणारच कशी? आता वडील विरोध करणार.

मेरीनं डॉक्टरांना विचारलं, ''माझ्या बाळंतपणाच्या वेळी माझा नवरा हजर असला तर चालेल का?'' डॉक्टर म्हणाले, ''चालेल तर काय. बाळ जन्माला येताना त्याचे वडीलही हजर असावेत याच मताचा मी आहे.'' मेरी म्हणाली, ''बाळाचे वडील? ते मात्र कठीण आहे. त्यांचं आणि माझ्या नवऱ्याचं मुळीच पटत नाही.''

जीवन इतकं हास्यास्पद आहे. चुकून कधीतरी, कुठंतरी तुम्हांला शांतीचा पडसाद ऐकू आला तर तो एक चमत्कारच म्हणावा लागेल.

'गोल्डन एज क्लब'च्या सदस्यांना विचारलं, ''देवानं तुम्हांला नव्वदी पार करण्याइतकं आयुष्य कशासाठी दिलं असेल?''

एक श्रीमंत म्हातारी ताडकन म्हणाली, ''आमच्या नातेवाइकांच्या सहनशक्तीची परीक्षा बघायला.''

प्रत्येक कुटुंबात म्हातारी माणसं फक्त एकच काम करत असतात– नातेवाइकांच्या मन:शांतीची परीक्षा बघत असतात.

हमी गोल्डबर्ग खिन्न दिसत होता. त्याची बायको आजारी होती. तिला तपासून झाल्यावर डॉक्टर म्हणाले, ''मन घट्ट करून ऐका मि. गोल्डबर्ग, मला तुम्हांला एक वाईट बातमी द्यायची आहे. तुमची पत्नी काही तासांचीच सोबती आहे. काहीच करता येणार नाही मला. कृपा करून समजून घ्या तुम्ही आणि मुख्य म्हणजे स्वत:ला त्रास करून घेऊ नका.''

गोल्डबर्ग म्हणाला, ''ठीक आहे, डॉक्टर. आता चाळीस वर्षं सोसला मी त्रास. त्यात आणखी काही तासांची भर. काही बिघडत नाही.''

एकत्र राहणारी माणसं-एकत्र त्रासलेली असतात. मानसविदांना असं आढळून आलंय की नवराबायको परस्परांचे कट्टर शत्रू असतात. ते परस्परांच्या विरुद्ध घातपाती कारवाया करत असतात. पाय ओढत असतात. जोडीदाराला एका क्षणाची शांती मिळू द्यायची नाही असं त्यांचं वागणं असतं. ते हजारो प्रश्न निर्माण करतात आणि प्रत्येक प्रश्नाचं शेवटी भांडणात रूपांतर होतं.

बायकांची युक्तिवाद करण्याची तऱ्हा वेगळीच असते. त्या ॲरिस्टॉटलला वगैरे गुंडाळून ठेवतात. त्यांचं तर्कशास्त्र अजब असतं. ते कुणालाच कळत नाही आणि त्या कोणत्या मुद्द्यावर अचानक ढसाढसा रडायला लागतील हेही कोणाला कळत नाही. पुरुषाला वाटतं, 'बापरे! हे काय होऊन बसलं. मी तरी बुद्धिनिष्ठ उत्तर दिलं होतं.'

बायका कोणतं तर्कशास्त्र वापरतात त्याच जाणे! अचानक आरडायचं, ओरडायचं...वस्तू फेकायच्या, हे कोणत्याच तर्कशास्त्रात लिहिलेलं नाही. आता हे

तर्कशास्त्रात बसत असो वा नसो, सगळ्या घरात भूकंप माजविण्यापेक्षा खाली मान घालून हार मानलेली बरी.

इथं तर्काचा विजय होण्याचा प्रश्नच नसतो. विजय नेहमी स्त्रीचाच होतो. तुमच्या बाजूला तर्कशास्त्र असतं आणि तिच्या बाजूला विजय. इतकी साधी विभागणी आहे ही.

खरं म्हणजे यात खास समजून घ्यावं असं काहीही नाही. बाईला तर्कशास्त्रातलं काहीही कळत नाही, म्हणून ती कांगावा करून उपद्रव माजवते. जेव्हा तुमच्याकडे पटेल असा युक्तिवाद नसेल तेव्हा एक सर्वोत्कृष्ट मार्ग उरतो– जमेल तितकं मोठ्यानं आरडाओरडा करणं!

माझ्या ओळखीचे एक कायद्याचे प्राध्यापक होते. ते नेहमी मला त्यांच्या वर्गात बोलावून घ्यायचे. माझ्याबरोबर वादविवाद करायला त्यांना फार आवडायचं. मी त्यांना सांगायचो, ‘हे बघा, तुमचा कायदा काही मला माहीत नाही. मला तर्कशास्त्र माहीत आहे. माझी भाषा तुमच्या कायद्याच्या तांत्रिक भाषेत बसत नसेल.'' पण ते म्हणायचे, ''तरीही तुम्ही या. तुमच्याशिवाय मजा नाही.''

आठवड्यातून एक दिवस ते वर्गात चर्चा ठेवायचे. एकदा त्यांनी सांगितलं, ''आज मी तुम्हांला जगातल्या मोठमोठ्या कायदेपंडितांचं गुपित सांगणार आहे. कायदा जर तुमच्या बाजूने असेल तर न्यायाधीशाबरोबर अगदी विनम्रपणानं वागा. अगदी साध्यासुध्या कायदेशीर भाषेत केस मांडा. कायदाच जिथं तुम्हांला अनुकूल आहे तिथं दुसरं काही करायची गरज नसते.''

पण कायदा आपल्या बाजूचा आहे की नाही याबद्दल तुम्हांला थोडी जरी शंका असेल, तुम्ही जर कुंपणावर बसलेले असाल, उंट दोन्ही बाजूला बसू शकतो– तर मात्र कोर्टात एकटे जाऊ नका. तुमचा मदतनीस, तुमचा सेक्रेटरी यांना बरोबर घेऊन जा. त्यांच्या हातात कायद्याची शक्य तितकी जाडजूड पुस्तकं असू द्या.

कोर्टात एक दबदबा निर्माण व्हायला हवा. वाटलं पाहिजे की, वा! किती थोर कायदेपंडित आले आहेत! बोलताना इतकं भराभर बोला की ते समजून घेताना न्यायाधीशाचीसुद्धा त्रेधा उडाली पाहिजे. इतकं भराभरा बोलत रहा की कुणाला मध्ये काही बोलायला वावच राहता कामा नये. समोरचं पुस्तक योग्य की अयोग्य याची फिकीर करू नका. उघडलेल्या पानावरचेच संदर्भ द्यायला पाहिजेत असं नाही. फक्त असा देखावा निर्माण करायचा की, तुम्ही एक श्रेष्ठ तज्ज्ञ आहात. कायद्याचे सर्व ग्रंथ तुम्हांला मुखोदगत आहेत.

दाखले देत जा. पान क्रमांक सांगा. परिच्छेद क्रमांक सांगा. ‘सत्याण्णव क्रमांकाच्या पानावरच्या सतराव्या ओळीत.....’ असं म्हणा. कोणाला काही पाहण्याची संधी न देता भराभर पुढे बोलत रहा. शब्दांचं असं एक झंझावाती वादळ उभं करा

की न्यायाधीश त्यानं गुदमरून जाईल . इतका की केस काय आहे याचाच त्याला विसर पडेल.

आणि जेव्हा कायदा आपल्या पूर्ण विरोधात आहे याची तुम्हांला अगदी खात्री असेल, आपला सपशेल पराभव होणार अशी निश्चिती वाटत असेल तेव्हाही घाबरायचं अजिबात कारण नाही. चिंता करू नका. समजूतदारपणे आणि भारदस्तपणाने कोर्टात जा आणि तारस्वरात ओरडून बोलायला लागा. इतक्या मोठ्याने ओरडा की कोर्टाचं पुरं दालन दणाणून गेलं पाहिजे. टेबलावर हात आपटा, पुस्तक फेका. एवीतेवी हरायचंच आहे तेव्हा जमेल तितका उपद्रव माजवा. कारण विवेक तुमच्या बाजूचा नाही. अशा वेळी अविवेकच तुमचा साथी असतो.

न्यायाधीशाला भेदरवून सोडा. पुस्तकं अशा प्रकारे भिरकावून द्या की न्यायाधीशांच्या बाजूने गेली पाहिजेत. कोर्टाची बेअदबी वगैरे कसलीही चिंता करू नका. विजय तुमचाच होईल. कोणतीही किंमत देऊन विजय!

'म्हणजे कसं आहे पहा. कायदा अनुकूल असेल तर कायद्याला, तर्काला धरून रहा. कायदा पन्नास टक्केच अनुकूल असेल तर विद्वज्जड भाषेचं आणि पांडित्याचं भरपूर प्रदर्शन करा. आणि जर का कायदा शंभर टक्के प्रतिकूल असेल तर मात्र आरडाओरडा करा. आदळआपट करा, उड्या मारा. न्यायालयाचा आखाडा करून टाका. न्यायाधीशाला वाटलं पाहिजे की ही केस आजच्या आज निकालात काढली पाहिजे.'

कोर्टाची बेअदबी केली म्हणून जर तुम्हांला बाहेर काढण्यात आलं तरी ओरडत ओरडत बाहेर जा. आत आणलं जाईल तेव्हाही ओरडत ओरडत आत या. दिवसातून तीनदा तुम्हांला कोर्टाच्या बाहेर काढलं तरी आरडाओरडा करणं सोडू नका. हा माणूस हरणाऱ्यातला नाही असं त्या न्यायाधीशाला वाटलं पाहिजे. हा हार पत्करणार नाही. एकवेळ इथं या क्षणी आत्महत्या करेल. पण हार नाही!

स्त्रीचा स्वभाव गूढ आहे, समजून घ्यायला कठीण आहे, असं म्हणणारे कवी मूर्ख आहेत. स्त्रियांना तर्कशास्त्र कळत नाही, पण त्यांना एक गोष्ट चांगली कळते की तर्कशास्त्र अत्यावश्यक नाही; तर विजय अत्यावश्यक आहे.

म्हणून तर पुरुष तार्किक युक्तिवादावर भर देतो आणि स्त्री जिंकण्यावर भर देते. तिला तुमच्या युक्तिवादाची काडीमात्र पर्वा नसते. पण पुरुष मात्र तार्किक आणि समंजस असल्यामुळे अनेक गोष्टींची पर्वा करतो, घाबरतो. शेजाऱ्यापाजाऱ्यांना काय वाटेल, मुलं उठतील वगैरे. म्हणून तो बायकोला शांत करण्याचा प्रयत्न करतो. पण तिचा विजय जोपर्यंत होत नाही, तोपर्यंत ती शांत होतच नाही! त्यासाठी ती सारं काही पणाला लावते.

(प्रवचन ऐकणाऱ्यातली एक महिला जोरजोरात हसते.)

आता या स्त्रीचं हसणं ऐका. ती का हसली असेल? अशासारखा एखादा प्रसंग तिला आठवला असेल. प्रत्येक बाईला हे माहितीच असतं. कमी-अधिक फरकानं प्रत्येक स्त्रीच्या आयुष्यात हे नाटक घडलेलंच असतं.

विद्रोही माणूस आपण सहजपणे का फुलत नाही, याची कारणे समजून घेण्याचा प्रयत्न करतो.

यात एक मूलभूत गोष्ट अशी लक्षात ठेवली पाहिजे की शांती हे काही ध्येय नाही. तो तुमचा आंतरिक स्वभावच आहे. म्हणूनच जे जे आपल्या सहज विकासामध्ये अडथळा आणेल ते ते सोडून दिले पाहिजे. मग तो राग असेल, मत्सर असेल, आसक्ती असेल, हाव असेल , महत्त्वाकांक्षा असेल... या सगळ्याची काहीही पत्रास ठेवण्याचं कारण नाही. त्याच्या पायात तुम्ही एक फार प्रचंड संधी गमावता. आंतरिक शांतीचा अनंत खजिना शोधण्याची संधी. ती निसटते तुमच्या हातून. ती कोणामुळे? तर ज्यांच्यात काडीमात्र अर्थ नाही अशा क्षुल्लक, भंपक गोष्टीमुळे. सोडून द्या त्या. आणि हे सोडून देणं म्हणजे फक्त समजून घेणं आहे. त्यासाठी संन्यासी व्हायला नको की तपश्चर्या करायला नको. अधिक जागरूक व्हायचं एवढंच.

जितके तुम्ही जास्त जागरूक व्हाल तितके अधिक शांत व्हाल. शांती तुमच्यामध्ये आहेच. फक्त तुमच्यामध्ये आणि तिच्यामध्ये पूल नाही. तिच्या शोधासाठी तुम्ही कुठे कुठे भटकता. जग पालथे घालता. फक्त आपल्या घरात मात्र तिचा शोध घेत नाही तुम्ही.

प्रश्न

आपण नुसतेच एक प्रबुद्ध गुरू नाही, केवळ प्रबुद्ध गुरूंचे गुरू नाही, तर आजवरच्या सर्व गुरूंमध्ये अत्यंत प्रभावी आणि सुंदर दिसणारे गुरू आहात, हे जाणवून तुम्हांला कसं वाटतं? आता इतर सगळ्याच बुद्ध पुरुषांना मी पाहिलंय असं नाही. पण मी माझ्याजवळच्या पै न पैची पैज लावून सांगायला तयार आहे की तुम्हीच सगळ्यात वरचढ आहात.

मनीषा, बुद्धत्व हे सगळं सुंदर करून सोडतं. अस्तित्वातलं हे सर्वांत श्रेष्ठ रसायनशास्त्र आहे. बुद्धत्व तुम्हांला असं एक डौल देतं की तो डौल या जगातला वाटत नाही. त्यामुळं तुम्हांला एक नवीनच व्यक्तिमत्त्व प्राप्त होतं. ते इतकं ताजंतवानं, टवटवीत असतं की फुलंसुद्धा म्लान वाटावीत. बुद्धत्व एक प्रगाढ शांती देतं. भरून ओसंडून जाणारी शांती. बुद्ध पुरुषाच्या आजूबाजूला येणाऱ्या

प्रत्येकाला त्या शांतीचा स्पर्श झाल्याशिवाय राहत नाही. बुद्धत्व तुमचं रूपांतर एका गूढ अशा घटनेत करतं. अशा अर्थाने की इतर माणसं परस्परांवर प्रेम करतात, पण तुम्ही मात्र स्वत:च प्रेम बनता. तुमचं असणं हे निखळ प्रेम बनून राहतं. ज्याप्रमाणे ताऱ्यांमधून प्रकाशाचा अनवरत वर्षाव होत असतो, त्याप्रमाणे बुद्ध पुरुषातून अदृश्य प्रेमाचा अखंड वर्षाव होत असतो.

आणि जर का तुम्ही बुद्ध पुरुषाच्या प्रेमात पडलात, तुमच्या अंत:करणात त्याच्याबद्दलचा विश्वास निर्माण झाला, जर तुमच्या अस्तित्वाचा सूर त्याच्याशी जुळला, तर साहजिकच तो तुम्हांला आहे त्याहून हजारो पट अधिक वाटू लागतो.

एक विचित्र गोष्ट सांगतो. ख्रिश्चन लोकांनी ही गोष्ट जगाला कळू दिलेली नाही. पण मला त्याचं काय? ती गोष्ट अशी आहे की येशू अत्यंत कुरूप होता. नुसता कुरूपच होता असं नाही, तर त्याला कुबडसुद्धा होतं. येशूचं हे वर्णन प्राचीन हिब्रू वाङ्मयात सापडतं. पण येशूचे शिष्य सांगतात की तो जगातला सर्वांत देखणा पुरुष होता! आता तुम्हांला वाटेल यांपैकी कोणतं तरी एकच खरं असू शकेल. दोन्ही एकाच वेळी कशी काय खाऱ्या असतील? पण मी तुम्हांला सांगतो की दोन्ही गोष्टी एकाच वेळी सत्य असू शकतात.

कुरूपता काय किंवा कुबड काय हे येशूचं खरं रूप असू शकतं. पण ज्या लोकांनी त्याचा आतला प्रकाश पाहिला, आतलं प्रेम अनुभवलं, प्रगाढ शांतीची शीतलता ज्यांना जाणवली आणि त्याच्या विलक्षण मोठेपणानं ज्यांना वेडी भुरळ घातली ते त्याला सुंदरच म्हणणार. कारण ते त्याचं हाडामांसाचं शरीर बघत नसतात; तर त्याचं आध्यात्मिक रूप पाहून कृतकृत्य होत असतात.

म्हणून, मनीषा, हे फक्त तुझ्याच बाबतीत घडलेलं नाही. प्रबुद्ध गुरूंच्या प्रेमात पडणारी हजारो माणसे आहेत. त्या सर्वांना आपल्या गुरूंबद्दल तुझ्यासारखंच वाटतं. गुरू शारीरिक पातळीवर सुंदर आहे की नाही याचा प्रश्नच नसतो. खोलवर पाहू शकणारी नजर ज्यांच्याकडे आहे, गुरूच्या हृदयातल्या शांतीची धून ऐकणारे कान ज्यांच्याकडे आहेत, त्यांना तो सर्वांत सुंदर असाच वाटणार. त्यांची मनोमन खात्रीही असणार की असा माणूस कधी झाला नाही आणि कधी होणारही नाही.

आणि त्यांची ही खात्री चुकीची आहे असंही मी म्हणणार नाही. कारण या अशा भावनेत तुम्ही आपलं सगळं हृदय ओतलेलं आहे. सर्वस्व गुरूच्या चरणांवर वाहून टाकलेलं आहे. वास्तविक जीवन इतकं अनंत, इतकं विस्तृत आहे की पूर्वीही अनेक बुद्ध होऊन गेले. पुढंही होणारच आहेत. पण तुमच्या मनाला वाटलेली शाश्वती ही तुमच्या श्रद्धेतून आलेली आहे. गुरूपेक्षा कोणी श्रेष्ठ असेल हे स्वीकारणारच नाही तुम्ही.

आणि हे फक्त प्रेमाच्याच बाबतीत घडतं असं समजू नका. द्वेष, राग, मत्सर

या बाबतीतही हेच घडत असतं. जेव्हा तुम्ही प्रेम करता तेव्हा आपले डोळे उघडल्याचा अनुभव तुम्हांला येतो आणि जेव्हा तुम्ही द्वेष करता तेव्हा आंधळ्या आणि बहिऱ्या माणसाप्रमाणे तुमची अवस्था होते. प्रकाश आणि संगीत तुम्हांला भावणार तरी कसं?

सर्वसामान्य प्रेमातही प्रियकर प्रेयसीला म्हणतो, 'मी असं प्रेम कध्धी कुणावर केलेलं नाही. तुझ्यासारखी स्त्री दुसरी कोणी असूच शकत नाही. तू एकमेवाद्वितीय आहेस. जन्मोजन्मी मी तुझ्यावर प्रेम करीन.' वगैरे वगैरे.

सर्वसामान्य प्रेमदेखील तुमच्या नजरेत निराळी चमक आणतं. तुमच्या शब्दांना काव्याचा स्पर्श घडवून आणतं.

मग हे तर प्रबुद्ध गुरूवर केलेलं प्रेम आहे. तेव्हा 'हे आजवर कधी घडलं नाही...पुन्हा कधीच घडणार नाही,' असं वाटणारच आणि असं वाटण्यात नक्कीच तथ्य आहे. ते सत्य आहे. हे थोतांड नाही किंवा ढोंगीपणा नाही.

यावर मी कदाचित बोललोही नसतो, मनीषा. तुझ्या अंत:करणात माझ्याबद्दल असणारं प्रेम आणि श्रद्धा जाणवून मी शांत राहिलो असतो. पण मी यावर बोलत आहे. कारण अनेकांच्या अंत:करणाची हीच अवस्था आहे. ते कधी याबद्दल अवाक्षर काढणार नाहीत. ते बोलायचीही त्यांना लाज वाटेल की शब्द अपुरे पडत आहेत. अनेकांच्या या अव्यक्त भावनेला तू शब्द दिलेस. म्हणून मी तुझा प्रश्न घेतला. वास्तविक हा प्रश्न नाहीच आहे. ते फक्त विधान आहे एक. पण अनेक जणांना तुझ्याबद्दल कृतज्ञ वाटेल. कारण त्यांच्याच भावनांना तू शब्दरूप दिलं आहेस.

एका मिशनऱ्याला जंगलात एक सिंह दिसला. त्याच्यापासून जीव वाचवणे शक्यच नव्हते. तेव्हा मिशनरी गुडघे टेकून बसला आणि डोळे मिटून प्रार्थना करू लागला. थोड्या वेळानं पाहतो तर काय तो सिंहसुद्धा गुडघे टेकून त्याच्या बाजूलाच बसला होता आणि प्रार्थना करत होता. मिशनऱ्याचा जीव भांड्यात पडला. तो सिंहाला म्हणाला, ''सिंहदादा, किती चांगले आहात हो तुम्ही. क्षणापूर्वी किती घाबरलो होतो मी, तुम्ही मला खाणार म्हणून.''

सिंह गुरगुरत म्हणाला, ''एऽ गप्प रहा. कटकट करू नकोस. मी जेवण्यापूर्वीची प्रार्थना म्हणतोय.''

प्रत्येकजण आपल्या दृष्टीने जगाकडे पाहत असतो. स्वत:च्या पलीकडे तुम्ही काही बघूच शकत नाही. हे एक तत्त्व म्हणून लक्षात ठेवा. जर तुम्हांला माझ्यामध्ये काही सौंदर्य जाणवत असेल तर त्याचा अर्थ एवढाच की सौंदर्याची भाषा तुम्हांला समजायला लागलेली आहे. नवशिके असाल तुम्ही या बाबतीत, पण तुमच्या प्रवासाची सुरुवात झालेली आहे. प्रवासाला सुरुवात होणं हीच खरी गोष्ट असते. एकदा का ती झाली की ती अदृष्टाच्या वाटेनं आपोआप जाणं होईल. जे जीवनावर

विश्वास ठेवतात त्यांची काळजी जीवन लगेच घ्यायला लागतं.

माझी शिकवण हीच आहे. सिद्धांतावर विश्वास ठेवू नका; अस्तित्वावर विश्वास ठेवा. चर्च, मशिदी, मंदिरे यांवर विश्वास ठेवू नका. ताऱ्यांवर, पर्वतांवर, नद्यांवर, झाडांवर विश्वास ठेवा. आपला धर्म इतका संकुचित का म्हणून करायचा की जो एखाद्या ग्रंथात वा एखाद्या मूर्तीत बंदिस्त राहील?

अस्तित्व इतकं अनंत आहे, विशाल आहे की, जोपर्यंत तुम्ही तुमचं हृदय या विशाल अस्तित्वावर निखळ विश्वासानं सर्वस्वी सोपवत नाही तोपर्यंत तुम्ही विद्रोही बनू शकणार नाही.

इथं आम्ही फक्त तुमच्या प्रवासाची सुरुवात करून देऊ शकतो. आम्ही तुम्हांला जखडून ठेवू शकत नाही. उलट तुमच्यावरची सगळी बंधनं दूर करण्याची माझी धडपड असते. कारण मर्यादांमधून मुक्त झालेलं प्रेमच अस्तित्वाच्या दिशेने वाहायला लागतं. आणि हे प्रेम तुमच्या गुरूलाच केवळ सुंदर करणार नाही, तर तुमच्याभोवती जे जे असेल ते ते सुंदर होईल. प्रत्येक झाड, प्रत्येक तारका तुम्हांला बुद्धत्व मिळाल्याप्रमाणे वाटायला लागेल. तुम्ही एका प्रबुद्ध जगात नांदायला लागाल आणि असं राहणं म्हणजेच मंदिरात राहणं....पवित्र जागी राहणं.

तुम्ही माझ्याकडून ए, बी, सी शिकलात तरी तेवढं पुरेसं आहे. एक्स, वाय, झेड आपोआप येतील. त्यांच्या योग्य वेळेला ते येतील. वसंत यायचा तेव्हा येतोच. तो कधी तुमची फसवणूक करीत नाही. त्याच्यावर निःशंकपणे विश्वास ठेवायला हरकत नाही. तो येताच तुमचं फुलणं सुरू होईल. तुमची भरारी सुरू होईल.

एका प्रबुद्ध, सुंदर, डौलदार, कृपामय विश्वात जागृत होऊन जगणं हाच खऱ्याखुऱ्या विद्रोह्यांचा मार्ग असतो.

६

स्वर्गाचे वचन

कोणत्याही प्रकारच्या
गुलामगिरीत राहणं हे कुरूप आहे.
पण सर्वांत मोठी गुलामगिरी ही
आत्म्याची गुलामगिरी आहे.
त्याला भूतकालापासून मुक्त करा.
राष्ट्रापासून त्याला मुक्त करा.
धर्मापासून त्याला मुक्त करा.
आपण सत्याचा शोध घेत आहोत.
एवढी एकच गोष्ट मूलभूत
आणि अंतिम महत्त्वाची
असली पाहिजे.

जून १०, १९८७, सकाळ

प्रिय ओशो,

तुमच्या 'सोनेरी भविष्या'त प्रबुद्ध अभिनेत्याचं एखादं पथक वगैरे असेल का? जो माणूस प्रबुद्ध झालेला आहे त्याला नट होणं शक्य आहे का?

विमल, प्रबुद्ध माणूस हा नटच असतो. तो दुसरं काही असतच नाही. आपण म्हणजे शरीर नाही, हे तो जाणत असतो. तरीही शरीर असल्याप्रमाणे तो वागतो. आपण मन नाही हे त्याला उमजलेलं असतं. तरीही तो मन असल्याप्रमाणे वागतो. लहान मूल, तरुण किंवा म्हातारा माणूस यांपैकी आपण कोणीही नाही, हे त्याला चांगलं माहीत असतं. आणि तरीही तो त्या त्या भूमिका करतो. जणू काही आपण तसे आहोत असा तो वागतो.

अभिनयाच्या कलेचं हेच सार आहे. 'जणू काही' असल्याप्रमाणे वागता येणं. सामान्य नट हे उथळ असतात. ते एखादी भूमिका स्वत:वर लादतात आणि त्याप्रमाणे अभिनय करतात. पण जी व्यक्ती प्रबुद्ध आहे तिला हे कळून चुकलेलं असतं की नट असण्यावाचून जे काही असतं तोच एक भ्रम असतो. तो एक आंधळेपणा असतो. पूर्ण अंधकारातलं असणं असतं ते. जीवनाच्या नाटकात आधीपासूनच आपण अभिनय करत आहोत, हे त्याला माहीत असतं. आपण जे काही करत आहोत, बोलत आहोत, भासत आहोत ते आपण नाही आहोत हे त्याला समजत असतं.

आणि तो जे काही असतो ते अभिव्यक्तीच्या पलीकडचं असतं. तो जे काही असतो हे फक्त त्यालाच जाणता येतं. त्याच्या अगदी आत गाभ्यामध्ये पाहणाराही तोच असतो आणि जे पाहिलं जातं तेही तोच असतो आणि संपूर्ण नाट्यगृह रिकामं असतं, तरीही तो बाह्य जगतातील आपलं जगणं चालूच ठेवतो. ती त्याची करुणा असते. एरवी बुद्धावस्था प्राप्त झाल्यावर एका श्वासाचीही त्याला गरज नसते.

गौतम बुद्ध आपल्या शिष्यांना नेहमी सांगत असत, 'बुद्धावस्था प्राप्त होण्याआधी तुम्ही करुणा अंगी बाणवलीच पाहिजे.' सारीपुत्त नावाच्या शिष्यानं त्यांना विचारलं, ''हा आग्रह आपण का धरता? प्रबुद्ध अवस्था प्राप्त झाल्यावर करुणा आपोआप येते, असं तर आपण नेहमी सांगता. मग आधीच करुणा बाणवण्याची काय गरज

आहे? हे परस्परविरोधी वाटतं.'' बुद्धानं सांगितलं, हे परस्परविरोधी वाटतं, पण यामागचे उद्देश वेगवेगळे आहेत. आत्मबोधनंतर जी करुणा तुमच्यात येते ती इतरांवर बरसविण्यासाठी सवय हवी. अभ्यास हवा. नाहीतर ती तुम्हांला कोणालाही देता येणार नाही.

म्हणून आत्मबोध झालेल्या व्यक्ती दोन प्रकारच्या असतात. एकाला 'अर्हत' म्हणतात आणि दुसऱ्याला बोधिसत्त्व. करुणेच्या कलेमध्ये ज्यानं स्वत:ला शिस्त लावली नाही तो अर्हत. म्हणूनच त्याला बुद्धत्व प्राप्त झालं की त्याचं कार्य संपून जातं. आयुष्याच्या किनाऱ्यावर रेंगाळण्याचं मग त्याला काहीच कारण उरत नाही. पुढच्या किनाऱ्यावर जाण्यासाठी त्याची होडी तयार झालेली असते.

बोधिसत्त्वालाही तोच आत्मबोधाचा अनुभव येतो. पण त्याने स्वत:ला करुणेच्या शास्त्रात पारंगत केलेलं असतं. त्यामुळे तो होडी आलेली असतानासुद्धा या किनाऱ्यावर थोडा रेंगाळतो. इतरांना आपलं सत्य, आपलं प्रेम, आपला आनंद भरभरून देण्यासाठी तो शक्य तितका काळ इथं रेंगाळतो.

फक्त त्याच्यापुरतं बोलायचं झालं तर तो पूर्णत्वाला पोहोचलेला असतो. पण इतरांचं काय? इतर लाखोंच्या संख्येत असतात. त्याच सुखदु:खाच्या चक्रात अडकून आंधळेपणाने, दीनवाणेपणाने जगत असतात. शतकानुशतकं हे दैन्य, हा आंधळेपणा त्यांना डसून असतो. पण यावर उपाय आहे, हे त्याला कळालेलं असतं. आपण यांना हात देऊन वर काढू शकतो, त्यांच्या डोळ्यात अंजन घालू शकतो, हे त्याला आता कळालेलं असतं.

त्याच्या अस्तित्वानं इतरांमध्येही त्या अंतिम अनुभवाची ज्योत पेटू शकते. तो अनुभव संसर्गजन्य असतो. प्रश्न असा आहे की हे असं रेंगाळणं फार कठीण असतं. त्याच्या होडीचा कप्तान त्याला साद घालत असतो. 'तुझी वेळ संपलेली आहे. मला पुढच्या किनाऱ्यावर जायचं आहे. तू ये.'

गौतम बुद्ध म्हणायचे, 'अर्हत म्हणून मरू नका. तो पूर्ण मृत्यू आहे. तुम्ही घरी आलेले आहात. बोधिसत्त्व म्हणून मरा. यात तुम्ही घरी पोचलात एवढंच नसतं, तर इतर हजारोजणांची ज्योतही तुम्ही पेटवलेली असते.'

बुद्धांचा मृत्यू झाला ती कहाणी फार सुंदर आहे. ती एक केवळ गोष्टच आहे. पण तिच्यात अत्यंत आवश्यक, पायाभूत आणि महत्त्वाची शिकवण दडलेली आहे, की जेव्हा तुम्हांला मिळेल तेव्हा ते वाटून टाका. ते फक्त स्वत:पुरतं ठेवू नका. ते आपल्याच मालकीचं होऊन राहणार नाही, या बाबतीत सावध रहा. ते सर्वांच्या मालकीचं होऊ दे.'

आपल्या होडीला ताटकळत ठेवून बेचाळीस वर्षे या किनाऱ्यावर रेंगाळल्यानंतर बुद्धांना मृत्यू आला. ते स्वर्गाच्या द्वाराशी पोचले. स्वर्गद्वार फार क्वचित उघडते.

शतकाशतकामधून एखादा तिथवर पोहचतो. म्हणून तो क्षण स्वर्गात साजरा केला जातो. आणखी एक चैतन्य पूर्ण विकसित झालं. त्यामुळे अस्तित्व आणखी वैभवशाली झालं.

स्वर्गद्वार उघडलं. बुद्धांच्या आधी स्वर्गात पोहोचलेले सगळे प्रबुद्ध लोक तिथं गोळा झाले होते. कारण बौद्ध धर्म देव मानीत नाही. हे प्रबुद्ध लोक देवस्वरूप असतात. त्यामुळे बुद्धावस्थेला पोचलेले जितके लोक तितके देव असतात. ते सगळे संगीत, नृत्य करत जमले होते. त्यांना गौतम बुद्धाचं स्वागत करायचं होतं. पण काय आश्चर्य! बुद्ध त्यांच्याकडे पाठ करून उभे होते. मागं सोडलेल्या किनाऱ्याकडेच त्यांची नजर खिळली होती.

ते सारे म्हणाले, 'हे काय विचित्रच. कोणाची वाट पाहताय तुम्ही?'

असं सांगतात की, बुद्धांनी उत्तर दिलं, ''माझं अंत:करण इतकं संकुचित नाही. माझ्या मागं जे आहेत, जे अजून मार्गावरच धडपडत आहेत, त्यांची मी वाट पाहतोय. ते माझे सहप्रवासी आहेत. तुम्ही दरवाजे बंद करा. माझ्या स्वर्गात येण्याचा सोहळा साजरा करण्यासाठी तुम्हांला थोडं थांबावं लागेल. कारण मी सगळ्यांत शेवटी स्वर्गप्रवेश करायचं ठरवलंय. त्या वेळी प्रत्येक माणूस बुद्धावस्थेला जाऊन इथं येईल तोपर्यंत मी थांबणार आहे.''

बौद्धधर्माचं आधिक्य असणाऱ्या देशात ही कथा आजही प्रचलित आहे की बुद्ध अजूनही स्वर्गद्वाराशी ताटकळत आहे. सर्वांना आमंत्रण देत आहे. त्याची करुणा इतकी विशाल आहे. शेवटी ही एक कथा आहे. हे काही प्रत्यक्ष घडू शकत नाही. ते तुमच्या हातात नसतंच मुळी. एकदा का बुद्धावस्था प्राप्त झाली की तुम्हांला जीवनाच्या वैश्विक उगमात प्रवेश करावाच लागतो. तुमच्या पसंतीनापसंतीचा तिथं प्रश्नच नसतो.

विमल, प्रबुद्ध पुरुषांना अभिनेते बनण्याची गरजच नसते. बुद्धावस्था प्राप्त झाली की आपण नट आहोतच, असं त्यांना कळून चुकतं. त्याहून वेगळा पर्यायच नसतो. जरी त्यांचं शरीर खातं-पितं असलं, श्वासोच्छ्वास करत असलं तरी त्यांचा आत्मा काहीच करत नसतो. आपण म्हणजे शरीर नव्हे हे त्यांना उमजलेलं असतं, तरीही ते शरीराची सर्वतोपरीनं काळजी घेतात. शरीराशी काही त्यांचं शत्रुत्व नसतं. शरीराबद्दलही त्यांना करुणा असते.

पण एका अर्थाने हे सगळं नाटकच असतं. कारण आत खोलवर त्यांना एक गोष्ट नक्की माहीत असते की कोणत्याही क्षणी हे सगळं टाकून देता येतं. हे ओझं वाहण्याची गरज नाही. तरीही ते ओझं ते वाहतात. ते फक्त तुमच्यासाठी, मोठ्या आशेनं ते वाट पाहत असतात की कधीतरी, कोणीतरी ऐकेल, कोणाचेतरी डोळे उघडतील, कोणाच्या तरी आयुष्यात एक नवा प्रवास सुरू होईल. स्वत:कडे घेऊन जाणारा प्रवास!

प्रश्न

मी दक्षिण कोरियात जन्मलो. १९८४ साली मी देश सोडला आणि १९८५ साली संन्यास घेतला. १९८५ मध्ये मी रजनीशपुरममध्ये होतो. तेव्हा द. कोरिअन सरकारने माझ्या अनेक मित्रांना कैद केलं आणि त्यांचा व माझा कम्युनिस्ट क्रांतिकारक म्हणून जाहीर निषेध केला. त्यांपैकी एकजण कोर्टाच्या तारखेपूर्वीच मारला गेला आणि दोघांना मृत्युदंड ठोठावण्यात आला. राहिलेले सगळे अजून तुरुंगात आहेत. दक्षिण कोरियातले तुमचे प्रेमीजन आपला देश अमेरिकेच्या साम्राज्यवादी कचाट्यातून सोडविण्याची धडपड करीत आहेत, आणि त्याच वेळी सत्याचा मार्ग शोधण्याचाही प्रयत्न करीत आहेत. हे करणं शक्य आहे का? आपल्या देशाची अत्याचारातून मुक्तता आणि सत्यमार्गाचा शोध या गोष्टी एकाच वेळी करता येतात का? माझ्यासाठी आणि तुमच्या कोरिअन प्रेमीजनांसाठी यावर कृपया काही सांगाल का?

प्रेम स्युंग, राजकीय जुलूमशाहीविरुद्ध झुंज आणि सत्याचा शोध यात कसलाही विरोध नाही. थोडी गुंतागुंत मात्र निश्चित आहे.

आपल्या आध्यात्मिक स्वातंत्र्याची प्राप्ती यालाच अग्रक्रम दिलाच पाहिजे. कारण राजकीय जुलूमशाही पुन:पुन्हा येते आणि जाते आणि एका जुलूमशाहीचं तुम्ही उच्चाटन केलं म्हणून त्या ठिकाणी दुसरी जुलूमशाही येणारच नाही याचीही काही शाश्वती नाही. जनतेच्या स्वातंत्र्यावर गदा आणणाऱ्या द. कोरिआला आपल्या सत्तेखाली ठेचू पाहणाऱ्या अमेरिकेबरोबरचा लढाही तुम्ही चालू ठेवू शकता.

आता ते तुमच्या लोकांना ठार करत आहेत, त्यांना कम्युनिस्ट म्हणत आहेत, पण उद्या कम्युनिझमची निकड होऊन बसणार आहे. कारण इतिहास हा घड्याळाच्या लंबकाप्रमाणे असतो. एका टोकाकडून दुसऱ्या टोकाकडे. इतिहास आणि काळ यांची हीच रीत असते.

कोणतीही जुलूमशाही आजवर चिरंतन राहिलेली नाही. ती मर्यादित काळापुरतीच टिकते. लोकांच्या इच्छा-आकांक्षांचा नायनाट करणं कोणालाच शक्य नसतं. लोकांना दुखावता येतं, ठार करता येतं, पण असं करताकरता आपलं साम्राज्य टिकविण्यासाठी लोकांना गुलाम बनवता बनवता एक दिवस लोक उलटतात. ते जुलूमशाहीच्या विरोधात उभे राहतात.

पण कम्युनिस्ट जुलूमशाहीचं काय? तुम्ही एका जुलूमशाहीच्या हातातून दुसऱ्या जुलूमशाहीच्या हातात जाल. अर्थात फाशी जाणारे, शिक्षा भोगणारे लोक वेगळे असतील. अमेरिकेच्या हस्तकांना आता मारलं जाईल. पण तेही दक्षिण

कोरिअनच असतील. ते तुमचेच बहीणभाऊ असतील. यामध्ये सगळ्यांत विचित्र प्रकार कोणता घडत असेल तर जे साम्यवादी अमेरिकन साम्राज्यवादाविरुद्ध झुंजत आले त्यांच्यापैकी अनेकजण नव्या साम्यवादी राजवटीकडून मारले जातील.

हे एक विचित्र दैव आहे, पण त्यातही एक सूक्ष्म तर्कशास्त्र आहे. जे लोक क्रांतिकारक असतात त्यांना क्रांतिकारक असण्याची सवय झालेली असते आणि कोणतीही राजवट ही क्रांतिकारकांच्या विरोधात असते. स्वत: क्रांतिकारकांनी बनवलेली राजवट असली तरीसुद्धा. ज्या क्षणी लोक सत्तेवर येतात त्याच क्षणी ते क्रांतिकारकांच्या विरोधात उभे राहतात. कारण आता हे क्रांतिकारक नव्या राजवटीच्या विरोधात दंड थोपटतात. म्हणजे काय तर फक्त माणसं दुसरी येतात. पण बाकी सगळं तेच राहतं. तीच नोकरशाही, तेच घाणेरडं राजकारण. सारं तेच. फक्त आता अमेरिकन लोकांऐवजी दक्षिण कोरिअन सत्तेवर असतात.

लोकांना दिलेली सगळी आश्वासनं ही माणसं सत्तेवर आल्यावर विसरून जातात. त्याच लोकांचं शोषण ती करायला लागतात. त्यामुळे साहजिकच पूर्वीचे अनेक क्रांतिकारक नव्या सत्ताधाऱ्यांपासून विलग व्हायला लागतात. सत्तेवर आलेले क्रांतिकारक पहिल्यासारखे राहत नाहीत. कारण सत्ता ही सगळ्या क्रांतिकारक तत्त्वप्रणालींचा नायनाट करते. ते मग राहिलेल्या क्रांतिकारकांना ठार करायला लागतात. कारण त्यांनी पूर्वीची राजवट उलथवून लावली. त्यांच्यापासून या राजवटीला धोका असतो.

हा एक गुंतागुंतीचा खेळ आहे. त्याला तुम्ही प्राधान्य देता कामा नये. प्राधान्य स्वत:च्या वाढीला दिलं पाहिजे. जुलूम अमेरिका करीत असेल, चीन करीत असेल किंवा सोविएट युनियन करीत असेल, जुलूमशाही ही निव्वळ जुलूमशाही असते आणि ती गुन्हेगारी प्रवृत्तीची असते.

म्हणून अमेरिका, साऊथ कोरियातून निघून जाईल, साऊथ कोरिअन स्वत: सत्तेवर येईल असं भविष्याचं सुंदर स्वप्न पाहण्याऐवजी त्यावर विश्वास न ठेवलेला बरा. कारण इतिहास वेगळंच काहीतरी सांगतो. लोक सदैव त्याच घाणेरड्या स्थितीत, त्याच दहशतीखाली राहतात. फक्त खाटिक बदलतात. खून तोच राहतो.

आपल्या देशाला स्वातंत्र्य मिळविण्यासाठी झगडू नका असं मी म्हणत नाही. फक्त त्या गोष्टीला अग्रक्रम देऊ नका. अग्रक्रम हा नेहमी आपल्या आध्यात्मिक स्वातंत्र्याला दिला गेला पाहिजे.

कोणत्याही गुलामगिरीत राहणे ही गोष्ट कुरूप आहे, पण तुमच्या आत्म्याची गुलामगिरी ही सर्वांत मोठी आहे. आपल्या आत्म्याला भूतकाळापासून मुक्त करा. त्याला राष्ट्रापासून, धर्मापासून मुक्त करा. सत्याचा शोध हीच गोष्ट मूलभूत असली पाहिजे आणि तोच अंतिम जिव्हाळ्याचा विषय असला पाहिजे. त्यातून काही शक्ती

शिल्लक राहिली तर खुशाल तुम्ही आपल्या देशातील राजकीय अत्याचारांविरुद्ध लढा. पण त्या बाबतीत तुमच्या पदरी निराशाच येणार आहे.

इतक्या युगांमध्ये, ज्यांनी म्हणून 'आम्ही स्वतंत्र होऊ' म्हणून स्वप्न बाळगलं त्या सर्वांची निराशा झालेली आहे. भारताचा स्वातंत्र्यलढा चालू होता तेव्हा मी लहान होतो. पण माझं सगळं कुटुंब त्यात गुंतलेलं होतं. माझे काका तुरुंगात असायचे. त्यांना आपलं शिक्षण पुरं करता आलं नाही. कारण विद्यापीठात वेळ घालविण्याऐवजी त्यांचा वेळ तुरुंगात जात होता. पण एक मोठी आशा होती की ही काळी रात्र, ही लांबलचक रात्र संपेल.

रात्र संपली, पण उजाडलंच नाही. हा एक चमत्कारच आहे.

ब्रिटिश साम्राज्यवादी गेले, पण त्यांच्याविरुद्ध लढणारे जे एतद्देशीय सत्तेवर आले त्यांनी तरी दुसरं काय केलं? आजही ते तेच करीत आहेत. लोकांना जे स्वातंत्र्य हवं होतं ते हे नक्कीच नव्हतं.

मला माझे लहानपणीचे दिवस आठवतात. केवढी आशा तरळत असायची वातावरणात. जणू काही आम्ही सुवर्णयुगाच्याच दाराशी येऊन ठेपलो आहोत. पण घोर निराशेखेरीज काही पदरी पडलं नाही. इतकी वर्षं लोटली. राज्यकर्ते ब्रिटिश नाहीत, तर भारतीय आहेत. पण त्यांचे डावपेच तेच आहेत. लोकांचं शोषण करणं तेच आहे. सत्तेला चिकटून राहण्याची हाव तीच आहे. नोकरशाहीचे हात बळकट झाले आहेत. देश एका मोठ्या धक्क्यातून जात आहे.

ज्यासाठी आम्ही लढलो त्या स्वातंत्र्याचं काय झालं? आमच्या तरुणांनी हसत हसत ज्यासाठी प्राणांच्या आहुती दिल्या, ज्यासाठी हजारो स्वातंत्र्यसैनिकांनी कारावास भोगला, हजारोंच्या हत्या झाल्या ते हेच स्वातंत्र्य की काय?

निश्चितच ते हे स्वातंत्र्य नव्हते. विद्रोही जन्माला आल्याखेरीज ते स्वातंत्र्य कधीच येणार नाही. ते क्रांतिकारकांचं काम नाही. क्रांतिकारक सपशेल अपयशी ठरलेला आहे. शेकडो वेळा अपयश आलंय त्याला.

म्हणून तर माझी आशा विद्रोही व्यक्तीच्या जन्मात आहे. विद्रोह्याची मूलभूत आवश्यकता काय असते? तर मुक्तता– आपल्या भूतकाळापासून आपली मुक्तता, राष्ट्रापासून मुक्तता. धर्मापासून मुक्तता. ध्यान तुम्हांला यासाठी मदत करेल. एक पूर्ण स्वतंत्र व्यक्ती व्हाल तुम्ही ध्यानामुळं. आध्यात्मिकदृष्ट्या स्वतंत्र अशा व्यक्तींचा समूह निर्माण झाल्याशिवाय काही खरं नाही. अशा व्यक्ती की, भूतकाळाकडे जाणारे सगळे पूल त्यांनी उखडून टाकले आहेत आणि त्यांची नजर अतिदूर ताऱ्यांवर खिळली आहे.

अशा लोकांनी जग भरून गेलं पाहिजे. नाहीतर मग एका जुलूमशाहीकडून दुसऱ्या जुलूमशाहीकडे एवढंच होत राहील.

प्रेम स्युंग, तू स्वतःच अग्रक्रमावर असला पाहिजेस. आपल्या मुळांपर्यंत जा, स्वचा शोध घे, विद्रोही हो आणि तुला जमतील तितके विद्रोही तयार कर. सोनेरी भविष्यकाळाकडे जायचं असेल तर हा एकच मार्ग आहे.

प्रश्न

समाजाच्या भ्रमिष्टपणाचा मला जसजसा प्रत्यय यायला लागतो तसतसा एक विचार माझ्या मनात पक्का होतो की, या सगळ्यातून सुटायचं असेल तर एखाद्या गुहेत जाऊन राहणं हा एकच मार्ग आहे. या सगळ्या भ्रमिष्टपणामध्ये ध्यान करण्यामुळे भ्रमिष्ट लोकांशी जोडणारे सगळे पूल तुटतात हे खरं असलं, तरी त्यांच्या खेळात सहभागी होणं हे अशक्यप्राय वाटतं. आणि तरीही मी हे जाणतो की, तुम्ही आम्हांला जे सांगत असता ते हे नाही. माझ्या गैरसमजाचं मूळ काय बरं असेल?

प्रेमशून्यो, जग हे भ्रमिष्ट आहे, जवळजवळ वेडसरच आहे ही गोष्ट खरी आहे. पण हे सोडून जाण्यासाठी दुसरं जग अस्तित्वात नाही. गुहेत जाऊन तुम्ही राहिलात तरी गुहासुद्धा या वेडसर जगाचाच एक भाग असतात, हे विसरू नका. तुमची इथून सुटका नाही.

मी हिमालयात प्रवास करत होतो आणि ज्या ठिकाणी अगदी थोडे सत्यशोधक कधीतरी जातात अशा एका एकांतातील जागी मी गेलो. गौतमबुद्धाला ज्या बोधिवृक्षाखाली आत्मज्ञान प्राप्त झालं त्या सुंदर वृक्षाखाली मी बसलो होतो. आता मला हे माहिती नव्हतं की, त्या झाडाखाली एक संन्यासी बरीच वर्षं राहात होता. थकूनभागून मी त्या झाडाखाली फक्त आराम करत होतो. तेवढ्यात तो वृद्ध संन्यासी तिथं आला आणि मला म्हणाला, "हे झाड माझ्या मालकीचं आहे हे माहीत आहे का तुला?"

मी म्हणालो, "तुमच्याकडे पाहून तुम्ही एक संन्यासी आहात असं दिसतंय आणि तरी तुम्ही मालकीची भाषा बोलावी? सर्वसंगपरित्याग केलाय ना तुम्ही?"

तो म्हणाला, "होय, मी सगळ्या जगाचा त्याग केलाय."

मी म्हणालो, "मग हा काय प्रकार आहे? सगळ्या जगाचा त्याग केला म्हणता आणि हे झाड माझ्या मालकीचं आहे म्हणता. कधी विकत घेतलं तुम्ही हे झाड? मला सर्टिफिकिट दाखवा पाहू.'

तो म्हणाला, "तू फार चमत्कारिक माणूस दिसतोस. या पर्वतातल्या प्रत्येक योग्याला माहीत आहे की, हे झाड माझ्या मालकीचं आहे म्हणून."

मी म्हणालो, ''आजपासून हे चालणार नाही. तुम्ही दुसऱ्या एखाद्या झाडाखाली जाऊन बसा.''

तो भयंकर संतापला. भांडायला उठला. मी त्याला म्हणालो,

'तुमच्यासारख्या योग्याला हा संताप, हे भांडण शोभत नाही आणि तेसुद्धा अशा झाडासाठी की जे तुम्ही लावलेलं नाही, वाढवलेलं नाही, ज्यावर तुमचा कसलाही मालकी हक्क नाही....

आणि मी काय फक्त थोडा वेळ आराम करतोय व आणखी काही तासांनी मी निघून जाणार आहे. तेवढा वेळ तुम्हांला दुसऱ्या एखाद्या झाडाखाली बसावं लागेल.''

तो म्हणाला, ''मी इथून मुळीच हलायचो नाही. तुझा काय भरोसा? तू हे झाड सोडून जाशील कशावरून? इतकं सुंदर, डेरेदार झाड आहे हे. शीतल छाया देणारं. अगदी पावसाळ्यातसुद्धा संरक्षण देतं हे झाड.''

मी म्हणालो, ''वाऽ छान कल्पना आहे. मी पावसाचाच विचार करत होतो की, पावसाळ्यात कसं होणार....''

तो म्हणाला, ''म्हणजे काय? पावसाळ्याला तरी अजून चार महिने अवकाश आहे...''

मी म्हणालो, ''चार महिन्यांचं काय.... ते तर चार तासांसारखे निघून जातील.''

त्यावर तो आणखीनच संतापला. इतर झाडांखाली असणाऱ्या आणि गुहांमध्ये असणाऱ्या संन्याशांना हाका मारू लागला. ते गोळा झाले, तेव्हा त्यांना सांगू लागला,

''हा पोरगा भयंकर उद्धट आहे. मोठ्यांबद्दल आदर दाखवायचा असतो हे याला ठाऊकच नाही. याला संन्याशांबद्दलसुद्धा आदर नाही.'' त्या सगळ्यांनी मला सांगितलं की, हे झाड ह्या म्हाताऱ्याचंच आहे.

मी म्हटलं, ''ही मालकीची भाषा जगाची भाषा आहे आणि तुम्ही तर जगाला सोडून दिलेलं आहे. तुमच्या मालकीचं काहीच नसतं. अगदी तुमचं शरीरसुद्धा. हाच त्यागी, संन्याशी माणसाचा मूलभूत दृष्टिकोण नको का?''

तेव्हा शून्यो, तू कुठं जाणार? हे एकच जग आहे आणि हे जग निश्चितपणे ठार वेडं आहे. पण वेड्या लोकांबरोबर राहणं फारसं कठीण नसतं. वेड्या माणसाबद्दलची आपली कल्पना बदलली म्हणजे झालं.

या वेड्या लोकांमुळे जग अडचणीत आलेलं आहे, हे खरं असलं तरी या वेड्यांमुळेच जग प्रचंड विनोदी झालेलं आहे. हास्यास्पद झालेलं आहे. हवं तर तुम्ही त्याची मजा लुटू शकता. मी कधीही जगाचा त्याग केला नाही. जगाला हसत राहिलो, जगाच्या सगळ्या टप्प्यांवर मी स्वतःची करमणूक करून घेतली. हे वेडे

लोक इतक्या हास्यास्पद गोष्टी करत असतात की, तुमच्याकडे थोडी जर विनोदबुद्धी असली तर तुम्ही आपलं जीवन मजेत घालवू शकता.

अमेरिकेत रजनीशपुरमजवळ एक बिशप होता. दर रविवारी न चुकता तो आपल्या प्रवचनात एक मुद्दा आणायचा. तो म्हणजे माझ्या रोल्सराईस गाड्या. त्यांच्यावर टीका केल्याखेरीज आणि माझा निषेध केल्याखेरीज त्याचं प्रवचन पूर्ण व्हायचंच नाही. ज्या दिवशी मी अमेरिका सोडून निघालो, त्या वेळी याच बिशपचं मला एक पत्र आलं की, आता तर तुम्ही निघालाच आहात. तुमच्याविरुद्ध मी जे काही बोलत होतो त्याबद्दल मला कृपया क्षमा करा. पण तुमच्या रोल्सराईस गाड्यांतील एक गाडी माझ्या चर्चला दान कराल का?''

आता हाच माणूस गाड्यांबद्दल माझा निषेध करत होता. पण तो निषेध नव्हता. मत्सर होता. पण तो उघड झालाच आणि मी मनसोक्त हसून घेतलं.

नुसतं आजूबाजूला बघा. लोक वेडे असू देत. पण या वेड्या लोकांची एक सुंदर बाजू असते. त्यांच्या वेडेपणाकडं कशाला लक्ष द्यायचं? त्यांच्या विनोदीपणाकडं बघा की. जग वेडसर तर आहेच. पण ते वाईट मात्र नाही.

शून्यो, तुझा कसलाही गैरसमज झालेला नाही. फक्त तू सगळ्या गोष्टी जास्तच गंभीरपणानं घेत आहेस आणि कोणतीही गोष्ट गंभीरपणानं घेऊ नका ही तुम्हांला माझी मूलभूत शिकवण आहे. गंभीरपणानं घ्यावं इतक्या किमतीचं काहीच नसतं. म्हणून प्रत्येक गोष्टीकडं मजेत पाहा. स्वत:ची करमणूक करून घ्या.

विमानातून एक प्रवासी खिडकीतून बाहेर पाहात होता. तो अचानक ओरडायला लागला. 'इंजिनाला आग लागली.... इंजिनाला आग लागली....' झालं! विमानात नुसता हलकल्लोळ माजला.

तेवढ्यात वैमानिक बाहेर आला. त्याच्या हातात पॅरॅशूट होतं. त्यानं प्रवाशांना सांगितलं, ''काळजी करायचं कारण नाही. मी मदत मिळवायला जातो आहे.''

होय. खरोखर जग वेडं आहे. पण ते वाईट मुळीच नाही. गंभीर व्हायचं की नाही हे तुमच्या पसंतीवर अवलंबून आहे.

एकदा दोन वृद्ध स्त्रिया आपापल्या चर्चबद्दल बोलत होत्या. तिथे मिळणारी वागणूक, प्रवचनं, तिथले उपदेशक वगैरे. पहिलीनं विचारलं, ''आणि प्रवचन ऐकायला बरीच मंडळी जमतात का तुमच्याकडं?''

''छे! उलट इतकी कमी माणसं असतात की, फादर जेव्हा 'अतिप्रियजन हो' म्हणतात ना तेव्हा नेहमीच लाजून जाते मी अगदी.''

कदाचित ती स्त्री एकटीच जात असावी प्रवचन ऐकायला आणि धर्मोपदेशकाचं संबोधन हजारोंच्या संघासाठी आहे. पण तो संघ तिथं नाहीच हजर. त्यामुळे 'प्रियजन हो' म्हटलं की, म्हातारीला लाजायला होतं!

केवळ बघत रहा. मी आयुष्यभर बघत आलोय. इतकं सुंदर वेडं जग आहे हे! मला दुसरं जग नकोच आहे. स्वर्ग तरी मुळीच नको. स्वर्ग सगळ्या संतांनी आणि लांब तोंडाच्या माणसांनी भरलेली कंटाळवाणी जागा आहे. म्हणून नरकच मला जास्त बरा वाटतो. तिथं तुम्हांला भरपूर हसविणारी वेडी माणसं सोबतीला असतात. सगळे पापी, सगळे कवी, नर्तक, नट... अनिर्बंध नाचणाऱ्यांचा जथाच असतो तिथं.

एका वेगळ्या दृष्टीनं जगाकडं बघायला शिका. मग काय सगळी मजाच मजा आहे. निव्वळ करमणूक. आणि हा सारा तमाशा विनामूल्य आहे!

७

विद्रोही व्यक्तीचा
मार्गच नसतो.

विद्रोही व्यक्तीची यात्रा ही
आश्चर्याच्या धक्क्यांनी भरलेली असते.
त्याला नकाशा नसतो–
की कुणी मार्गदर्शक नसतो.
प्रत्येक क्षणी–
विद्रोही एका नव्या अवकाशात
प्रवेश करतो, एका नव्या अनुभवात
प्रवेश करतो...
हा प्रवेश त्याच्या स्वत:च्या
सत्यात केलेला प्रवेश असतो.
तो त्याचा स्वत:चा आनंद असतो–
आणि ते त्याचं स्वत:चं प्रेम असतं.

प्रिय ओशो,

विद्रोही व्यक्तीचा मार्ग हा मधला मार्ग असतो, की टोकाचा मार्ग असतो? तुम्ही दोन्ही प्रकारच्या मार्गांच्या बाजूनंही बोलता आणि त्यांच्या विरोधातही बोलता आणि असंही सांगता की त्याचा मार्गच नसतो. मग विद्रोही व्यक्तीला दिशा दाखविणारं असतं तरी काय?

मार्ग मदिर : विद्रोही व्यक्तीचा मार्गच नसतो. जे एखादा विशिष्ट मार्ग धरून वाटचाल करतात ते विद्रोही नसतात. विद्रोहाच्या आत्म्यालाच मार्गदर्शनाची गरज भासत नाही. तो स्वत:च एक प्रकाश असतो.

जे लोक विद्रोही नसतात त्यांना मार्गदर्शन गरजेचं असतं. म्हणूनच त्यांना अनुयायी व्हायचं असतं. यामागचं मानसशास्त्र असं आहे की, तुम्ही अनुयायी झालात की तुमची जबाबदारी संपते. जो कोणी तुमचा नेता असेल, गुरू असेल किंवा प्रेषित असेल त्याच्याकडे मग प्रत्येक गोष्टीची जबाबदारी जाते. अनुयायी असण्यासाठी फक्त श्रद्धा असली की झालं. आणि केवळ श्रद्धा ठेवणं ही एक प्रकारची आध्यात्मिक गुलामगिरी असते.

विद्रोही व्यक्तीला स्वातंत्र्य अत्यंत प्यारं असतं. पूर्ण स्वातंत्र्य. त्यात थोडंही उणं त्याला चालत नाही. म्हणून त्याचा कोणी उद्धारकर्ता नसतो. मार्गदर्शक नसतो की प्रेषित नसतो. विद्रोही व्यक्ती आपल्या स्वभावाला अनुसरून स्वतंत्रपणे जगत असते. ती कोणाचंही अनुकरण करीत नाही. ही जीवनपद्धती निश्चितच सर्वांत धोकादायक आहे. कारण त्यात प्रत्येक गोष्टीची जबाबदारी स्वत:वरच असते. पण धोक्याची असली तरी ही जीवनपद्धती सर्वांत अधिक आनंददायक आहे. पूर्ण स्वातंत्र्य देणारी आहे.

विद्रोही अनेक वेळा पडतो. चुका करतो, पण त्याला पश्चात्ताप मात्र कधीच होत नाही. कारण त्या चुकांतूनच जीवनाचं खोल रहस्य त्याला उमजतं. तो अधिक शहाणा होतो. जेव्हा तुम्ही भरकटत जाता तेव्हाच तुम्हांला काय बरोबर आणि काय चूक याचं नेमकं भान येतं. ज्यामुळं तुमच्या वाट्याला दैन्य येतं, दु:ख येतं, अंधारच अंधार येतो. ते चूक आहे हे कळलं की तुम्ही तिथून फिरता आणि शोधत शोधत

अशा ठिकाणी येता की जिथं आनंद, शांती आहे. आनंदाचे अविरत कारंजे उसळत आहे. याहून वेगळा काही निकषच नाही. ज्यामुळे आनंद होतो ते बरोबरच असलं पाहिजे आणि ज्यामुळे दु:खीकष्टी व्हायला होते ते चुकीचंच असलं पाहिजे.

विद्रोही व्यक्तीची यात्रा ही आश्चर्याच्या धक्क्यांनी भरलेली असते. त्याला नकाशा नसतो की कुणी मार्गदर्शक नसतो. प्रत्येक क्षणी विद्रोही एका नव्या अवकाशात प्रवेश करत असतो. हा प्रवेश त्याच्या स्वत:च्या सत्यात केलेला प्रवेश असतो. तो त्याचा स्वत:चा आनंद असतो आणि त्याचं स्वत:चं प्रेम असतं.

जे लोक आयुष्यभर अनुसरणच करत बसतात त्यांना कसं समजणार की सगळ्यात आधी वस्तूंचा अनुभव घेण्यात किती सुख असतं ते. ते नेहमी उधार उसनवार ज्ञान घेऊन स्वत:ला फार शहाणे समजत असतात. किती विचित्र असतात ही माणसं. त्यांना पायावरचे बूटसुद्धा दुसऱ्याचे चालणार नाहीत. नवेकोरे हवेत. स्वत:चे हवेत. पण डोक्यात मात्र कितीही जुनाट कचरा भरलेला त्यांना चालतो. दुसरं काय असतं त्यांच्या डोक्यात? आडगिऱ्हाईकी घेतलेले जोडेच की ते! त्यांचं जे काही तथाकथित ज्ञान असतं ते त्यांच्या अनुभवातून थोडंच येतं? ते सगळं इकडचं तिकडचं घोकंपट्टी करून स्मरणाच्या पोतडीत भरलेलं उधार ज्ञान.

विद्रोह्याला मात्र मार्ग असा नसतोच. तो चालत राहतो आणि त्याच्या पायाखाली रस्त्याचा जन्म होतो. आकाशात उडणाऱ्या पक्ष्यासारखा असतो विद्रोही. पक्ष्यांना कुठं ठराविक रस्ता असतो? आकाशात महामार्गांचा मागमूस नसतो की प्राचीन पक्ष्यांची पदचिन्हं नसतात! गौतम बुद्ध झालेल्या महान पक्ष्यांच्या पावलांचे ठसे कुठं असतात आकाशात? कोणताही पक्षी आपल्या पाऊलखुणा सोडतच नाही मागं. म्हणून तर आकाश सदैव खुलं असतं. भरारी घ्या आणि आपला मार्ग आपणच बनवा.

तुम्हांला आनंद देणारी दिशा शोधून काढा. ज्यामुळे तुमच्या अंत:करणात घंटा किणकिणतात असा तारा शोधून काढा. ठरवणारे तुम्हीच आहात. दुसरं कोणीही नाही.

म्हणून तर एका टोकाचा रस्ता धरणाऱ्यांवर टीका करताना अनेक वेळा मी मध्यम मार्गाबद्दल बोललो आहे. कारण टोकाची गोष्ट कधीच परिपूर्ण असू शकत नाही. तो फक्त एक ध्रुव असतो आणि एकाच ध्रुवावर राहणे म्हणजे दुसऱ्या ध्रुवाला मुकणे. अर्धवट आयुष्य जगणे. काहीतरी प्रचंड महत्त्वाचं हातातून सुटून जातं. आणि ते काय आहे हेही कळू शकत नाही. त्या संबंधात मी मधल्या मार्गाबद्दल बोललो होतो.

जो मनुष्य मध्यम मार्गावरून जातो-सुवर्णमध्य म्हणता येईल-त्याला दोन्ही टोकांचा अनुभव मिळतो. अगदी शेवटच्या टोकांपर्यंत पसरलेले दोन पंख असावेत

त्याप्रमाणे जरी तो मध्यावर असला तरी टोकांपर्यंत जाऊ शकतो. तो माणूस परिपूर्ण आयुष्य जगतो.

पण दुसऱ्या संदर्भात मी मध्यममार्गाच्याही विरोधात बोललो कारण आयुष्य समजून घेणं हे इतकं साधं सोपं नसतं. उलट ती एक अत्यंत गुंतागुंतीची गोष्ट असते. जीवन हे गुंतागुंतीचं असणारच. कारण या अस्तित्वातली चेतनेच्या उत्क्रांतीची ती परम अवस्था आहे. जीवनाबद्दलची मूलभूत गुंतागुंत कोणती असेल तर तुम्हांला समग्र जीवनाबद्दल एकाच वेळी बोलता येत नाही. त्याच्या एकाच अंगाबद्दल बोलता येतं आणि ते बोलत असताना तुम्ही दुसरी अंगं एक तर नाकारता किंवा त्यांच्याकडं दुर्लक्ष करता. पण जीवन परस्परविरोधी गोष्टींनी बनलेलं असतं. जे अंग तुम्ही नाकारलेलं असतं तेही जीवनाचाच भाग असतं.

मला समजून घ्यायचं असेल तर प्रत्येक गोष्टीचा विशिष्ट संदर्भ आधी समजून घेतला पाहिजे. संदर्भ सोडून कशाचाच विचार करू नका. नाहीतर तुम्ही बुचकळ्यात पडाल. कधी कधी मी मध्यम मार्गाबद्दल बोललो. कारण तो मार्ग संपूर्ण आयुष्याचा समावेश असणारा मार्ग आहे. कधी मी टोकाच्या मार्गांबद्दलही अनुकूल बोललो. कारण अंतिम टोकाचंही एक स्वत:चं सौंदर्य असतं.

मध्यम मार्गावरून चालणाऱ्या माणसाचं आयुष्य मिळमिळीत, कोमट असतं. तो फार सावध असतो. प्रत्येक पाऊल मोजून मापून टाकतो. आपण एका टोकाला तर जात नाही ना याची त्याला सतत भीती असते. असा माणूस कधीच उत्कटपणाने जगू शकत नाही. आपल्या आयुष्याची मशाल एकाच वेळी दोन्ही बाजूंनी पेटवणं त्याला शक्य नसतं. त्यासाठी एका टोकाचं जगणं म्हणजे काय हे माहीत असावं लागतं. टोकाकडेच उत्कटता असते. पण तेथे परिपूर्णता नसते. म्हणून जेव्हा मी उत्कटतेबद्दल बोलत होतो तेव्हा मी एका टोकाच्या आयुष्याबद्दल बोललो. त्यावर भर दिला. पण हे सगळं बोलणं विशिष्ट संदर्भात होतं.

कोणताही मार्गच अस्तित्वात नसतो, असंही मी बोललेलो आहे. कारण मार्ग म्हटलं की आपल्या डोळ्यांसमोर नेहमी महामार्गच येतात. आधीपासूनच असणारे, पूर्ण रुळलेले महामार्ग. त्यावरून तुम्ही फक्त चालत गेलात की झालं! आणि म्हणून मी रस्त्याचं असणंच नाकारत आलोय.

प्रत्यक्ष जीवनात आपल्या चालण्यानं तुम्हांला मार्ग घडवावा लागतो. आणि हे लक्षात ठेवा की तुमचा मार्ग दुसऱ्या कोणाचा मार्ग नसतो. प्रत्येक व्यक्ती ही असाधारण, एकमेव असते आणि ती जर दुसऱ्या कोणाच्या मार्गावरून चालायला लागली तर तिचं स्वत:चं व्यक्तिपणच हरवून जाईल. मग ती अस्तित्वातल्या सर्वोत्कृष्ट अनुभवाला पारखी होऊन बसेल.

असं स्वत:ला हरवून काय मिळणार आहे तुम्हांला? तुम्ही फक्त एक ढोंगी

व्यक्ती होऊन बसाल. म्हणून तर जगातले सगळे धार्मिक लोक एक नंबरचे ढोंगी असतात.

हे लोक ढोंगीच नसतात फक्त, तर ते भित्रटसुद्धा असतात. स्वत:च्या आयुष्याची सूत्रं ते आपल्या हातात घेत नाहीत. स्वत:च्याच प्रतिष्ठेबद्दल त्यांना काडीचा आदर नसतो. 'मी कोण आहे' याचा शोध ते कधीच घेत नाहीत. ते फक्त दुसऱ्या कोणाची तरी नक्कल करीत असतात. ते उत्कृष्ट नट बनू शकतील. पण त्यांना स्वत:चं अस्सल जगणं कधीच जमणार नाही.

आणि तुमचा अभिनय कितीही अचूक असू दे, कितीही प्रभावी असू दे, तो शेवटी अभिनय आहे. अगदी वरवरची गोष्ट आहे ती. तुमच्यावर साचलेल्या धुळीचा थर आहे तो. कोणत्याही क्षणी तो खरवडला जाऊ शकतो आणि तुमचं खरं रूप उघडं पडू शकतं.

तुमचा जो एक विशिष्ट असा असाधारणपणा असतो तो गमावून चालणार नाही. तेच तर तुमचं खरंखुरं असणं आहे. विद्रोही व्यक्तीचा तरी तोच पाया असतो. आपल्या असाधारणपणाचं ठाम प्रतिपादन करणं हीच त्याची आध्यात्मिकता असते. याचा अर्थ असा मात्र मुळीच नाही की तो आपल्या अहंकाराचं प्रतिपादन करत असतो. नाही. कारण विद्रोही दुसऱ्या व्यक्तीच्या असाधारणपणाचाही तेवढाच आदर करतो.

माणसं समानही नसतात आणि असमानही नसतात. तशा प्रकारच्या तत्त्वप्रणाली या अजिबात मानसशास्त्राला धरून नाहीत. त्या अशास्त्रीय आहेत. समानतेची कल्पनाच मुळी बिनबुडाची आहे. प्रत्येक माणूस हा अनन्यसाधारण असतो. अशा परिस्थितीत सगळेजण सारखे कसे होतील?

हांऽ त्यांना समान संधी निश्चितपणे मिळाली पाहिजे. कशासाठी? कारण मोठं विचित्र आहे. स्वतंत्र व्यक्ती, एक अनन्यसाधारण व्यक्ती म्हणून त्यांची वाढ व्हावी यासाठी समान संधी हवी. दुसऱ्या शब्दात सांगायचं झालं तर असमान होण्यासाठी त्यांना समान संधी हवी. विविध फुलांचा, रंगांचा, स्वादांचा वेगळेपणाच जगाला समृद्ध, श्रीमंत करत असतो.

सगळ्या धर्मांनी जगाला जास्तीत जास्त दरिद्री करण्याचं काम केलं. एक कल्पना करून बघा, जगातले सगळे लोक महावीरासारखे झालेत. नग्न होऊन फिरताहेत. त्यांना अन्न कोण देणार? कोणापुढे हात पसरणार ते? कारण त्यांच्या पुढ्यात येणारी प्रत्येक व्यक्ती महावीर असणार-नग्न आणि क्षुधार्त!

तरी बरं, जगातले लोक इतके मूर्ख नाहीत. ते म्हणतात, 'आम्ही तुमची पूजा करू. तुमच्यासाठी मंदिरं बांधू. पण तुमच्या अवस्थेला पोहोचणं काही आम्हांला जमायचं नाही. ते खास लोकांचं काम....' इतिहासकार सांगतात की चोवीस तीर्थंकरांपैकी एकवीस तद्दन बनावट आहेत. ते कधी झालेलेच नाहीत. फक्त

तीनजण ऐतिहासिक व्यक्ती होत्या. पण त्या काळात 'चोवीस' या संख्येला प्रचंड महत्त्व असणार. आध्यात्मिक संख्या असणार ती तेव्हा.

कधी कधी संख्यांचेसुद्धा दिवस असतात. अमेरिकेत तेरा ही संख्या भयंकर समजतात. वास्तविक तेरा ही इतर संख्यांप्रमाणेच गरीब बिचारी संख्या आहे. पण अमेरिकेत तेरावा मजला नसतो. तेरा नंबरचं घर नसतं. बारानंतर एकदम चौदा का? तर म्हणे तेरा अशुभ संख्या आहे!

महावीराच्या काळी चोवीसला महत्त्व होतं. दिवसाचे चोवीस तास असतात ना. खरं म्हणजे अशा गोष्टींना संयुक्तिक कारण असेलच असंही नाही. पण जैनांनी जाहीर करून टाकलं की चोवीस तीर्थंकर झाले. आजोबांच्या जुन्या घड्याळात प्रत्येक तासाला टोले पडतात तसे. अशी घड्याळं अजूनही उंच मनोऱ्यावर किंवा विद्यापीठातून असतात. घरात मात्र असं घड्याळ कोणालाच नको असतं. कारण मग रात्रभर कुणाला झोपायलाच नको! घड्याळ थोडंच तुमच्या झोपेची पर्वा करणार आहे? ते यांत्रिकपणानं टोले देत राहणार.

जैनांच्या मतानुसार अस्तित्वाचं शास्त्र असं आहे-प्रत्येक तासाला-हा तास म्हणजे लक्षावधी वर्षं-एक एक तीर्थंकर. असे चोवीस तीर्थंकर. त्यांतले तीन किंवा चारच खरे. खरं तर चौथ्याबद्दलसुद्धा शंकाच आहे. चोवीस तीर्थंकर ही निव्वळ कल्पना आहे.

गौतम बुद्धाच्या अनुयायांना याचं नक्कीच वैषम्य वाटलं असणार. 'बघा, यांच्याकडे चोवीस-चोवीस तीर्थंकर. सगळे जागृत. सगळे प्रबुद्ध. आमचा धर्म यापुढे अगदीच फिका पडतोय. काहीतरी केलं पाहिजे.' सरळसरळ बाजारातली स्पर्धा! गौतम बुद्धाआधी तेवीस बुद्ध झाले, असं काही ते म्हणू शकत नव्हते. कारण इतिहासात त्याचा कसलाच पुरावा नव्हता की कोणाचं देऊळ वगैरे नव्हतं. मात्र त्यांनी एक नवीच युक्ती काढली.

गौतम बुद्धाचेच आधीचे तेवीस जन्म झाले, अशी कहाणी त्यांनी बनवली. चोवीस ही संख्या त्यांनी अशी जमवली.

तोपर्यंत हिंदू दहा अवतार मानत होते. अचानक त्यांनाही बाजारातल्या चढाओढीत आपण कमी आहोत असं वाटायला लागलं. जैनांचे चोवीस, बौद्धांचे चोवीस, आणि आपले फक्त दहा? त्या काळात हे तीनच धर्म भारतात होते. हिंदूंची मोठी पंचाईतच झाली. काय करणार? कारण सगळ्या प्राचीन ग्रंथांत ईश्वराचे दहाच अवतार सांगितलेले होते.

बुद्धधर्मीयांना कसं, प्राचीन ग्रंथ वगैरे प्रकारच नसल्यामुळे चोवीस जन्मांची सुंदर कहाणी रचायला मिळाली. हिंदूंची मोठीच पंचाईत होऊन बसली. मग त्यांनी कसलाही विचार न करता नवीन धर्मग्रंथ लिहायला सुरुवात केली आणि त्यात

चोवीस अवतार होते असं खुशाल दडपून दिलं. जुन्या ग्रंथांशी हे विसंगत होतंय याचंसुद्धा भान त्यांनी ठेवलं नाही. संख्या सारखी झाल्याशी कारण!

हे धर्म सत्य सांगणारे गुरू कधीच नव्हते. मानवतेला पांगळं करून ठेवणारे धर्म होते ते. आपल्या कळपात जास्तीतजास्त मेंढरं कशी येतील यावरच त्यांचा डोळा होता. कारण संख्या जितकी जास्त तितकी सत्ता जास्त आणि भित्रट माणसं कळपात सामील व्हायला केव्हाही तयार असतात.

पण विद्रोही माणूस मात्र कधीही कोणत्याही कळपात जात नाही. तो कोणत्याही संघटनेचा, पंथाचा वा तत्त्वप्रणालीचा अनुयायी नसतो. तो स्वत:मध्येच खोलवर खणतो आणि जीवनरस शोधून काढतो.

एखाद्या रस्त्याची गरजच काय मुळी? अस्तित्वानं सारं काही दिलंच आहे तुम्हांला. त्याच्या जोरावर एकट्यानं वाटचाल करणं काही एक कठीण नाही.

आपल्या चेतनेमध्ये बुडी घेऊन पहा, मग तुम्हांला तिचा स्वाद कळेल. जीवनामध्ये खोलवर पहा. मग तुम्हांला त्याची शाश्वतता कळून चुकेल. तुमचं शरीर हेच जगातलं सर्वश्रेष्ठ मंदिर आहे. जे जे सुंदर आहे, सत्य आहे, शिव आहे ते ते या मंदिरातच राहत असतं.

तू विचारलं आहेस, 'विद्रोह्याला मार्ग कोण दाखवतं?' तर अशा मार्गदर्शनाची त्याला गरजच नसते. तोच स्वत:चा मार्ग असतो. तोच स्वत:चं तत्त्वज्ञान असतो. तोच स्वत:चं भविष्य असतो.

'अस्तित्व हेच माझं घर. मी इथं कुणी परका नाही. मला जे काही आवश्यक आहे ते माझ्यातच आहे' अशी विद्रोह्याची घोषणा असते.

प्रश्न

भक्तीचा मार्ग कोणता आणि तुमच्या विद्रोह्याच्या स्वप्नामध्ये भक्तिमार्गाला जागा आहे का?

राफिया, भक्ती हा काही मार्ग नसतो की त्याच्यावरून तुम्हांला चालायचं असतं. अस्तित्वात विरघळून आणि लोपून जाणं म्हणजे भक्ती. अस्तित्वापासून आपल्याला विलग करणाऱ्या सगळ्या सीमा हरवून जाणं म्हणजे भक्ती. खरं म्हणजे ते एक प्रेम-प्रकरणच असतं.

प्रेम हा काही मार्ग नसतो. एखाद्या व्यक्तीमध्ये मिसळून जाणं म्हणजे प्रेम. दोन हृदयांचं ते गाढ सख्य असतं. इतकं की ती दोन्ही हृदयं एकतान होऊन नाचू लागतात. त्यांचं गीत एकच असतं. त्यांचं नृत्य एकच असतं.

दोन व्यक्तींमध्ये जे प्रेम असतं तेच विद्रोही आणि संपूर्ण अस्तित्व यांच्यामध्ये भक्ती बनून येतं. महासागराच्या लाटांबरोबर विद्रोही उचंबळून येतो, वृक्षांबरोबर, ताऱ्यांबरोबर तो नाचू लागतो. फुलांचा सुगंध, पक्ष्यांची गाणी, रात्रीची नि:स्तब्धता या सगळ्यांसाठी त्याच्या अंत:करणातून प्रतिसाद उमटत असतो.

भक्ती हा काही मार्ग नव्हे. व्यक्तिमत्त्वाचा मृत्यू होणं म्हणजे भक्ती. तुमच्यामध्ये असणारा मर्त्य अंश तुम्ही आपण होऊन सोडून देता आणि मग शिल्लक राहतं अमर्त्य. चिरंतन. अक्षय, अमर. आणि साहजिकच जे अमर आहे ते अस्तित्वापासून विलग असतच नाही.

भक्ती म्हणजे प्रेमाचं सर्वोच्च रूप.

कधीकधी असंही घडतं की एखाद्या व्यक्तीच्या प्रेमात तुम्ही इतके खोलवर जाता की, त्या प्रेमाचं रूपांतर भक्तीमध्ये होतं. मग ती व्यक्ती तुमच्यासाठी केवळ एक खिडकी बनते. जिच्यातून अस्तित्वाकडे झेप घेता येईल अशी खिडकी. विद्रोही माणसाच्या बाबतीत गुरूचं स्थान तेच असतं.

माझ्या लोकांसाठी मी एखादा प्रेषित किंवा रक्षणकर्ता नाही. मी म्हणजे फक्त एक दरवाजा आहे. चिरंतनाकडं नेणारा एक पूल आहे मी.

भारतात फतेह-पूर-सिक्री नावाचं एक विचित्र शहर आहे. असं शहर साऱ्या जगात नसेल. अकबराला आपल्या राजधानीसाठी एक खास शहर उभारायचं होतं. अत्यंत कलात्मक, समृद्ध आणि ताजं टवटवीत नवंकोरं शहर. प्रत्येक घर महाल, शहराभोवती तलाव. सारं काही आदर्श. चाळीस वर्षं हे शहर बांधत होते. पण या शहरात कधीही कोणीही राहिलंच नाही. कारण हा प्रचंड प्रकल्प पूर्ण व्हायच्या आधीच अकबराचा मृत्यू झाला.

अकबर हा त्या काळातला कदाचित सर्वश्रेष्ठ सम्राट होता. अकबराच्या कारकीर्दीत भारताची भरपूर भरभराट झाली. प्रचंड पैसा उपलब्ध होता. पण तो सगळा अकबरानं खर्च केला. आपल्या मृत्यूपूर्वी शहराचं काम काही पूर्ण होत नाही हे त्याच्या लक्षात आलं. कारण त्यासाठी आणखी चाळीस वर्षं लागणार होती. तेव्हा त्यानं ठरवलं की माझ्या हयातीत निदान सरकारी कार्यालयं, प्रमुख व्यक्ती अशा काहीजणांना तरी नव्या शहरात हलवू या.

मुख्य रस्त्याला तो तलाव जोडण्यासाठी एक सुंदर पूल बांधण्यात आला. शहर म्हणजे तळ्याच्या मध्यभागी असणारं एक बेट होतं. या पुलाच्या प्रवेशद्वारावर एक छानसं वाक्य कोरावं, असं अकबराच्या मनात आलं. म्हणून त्यानं आपल्या पदरी असलेल्या विद्वानांना चांगली वाक्यं शोधून काढायचा आदेश दिला.

त्यांनी खूप शोधाशोध केली. आश्चर्य म्हणजे त्या सगळ्या मुस्लिम पंडितांना येशू ख्रिस्ताचं एक वाक्य मिळालं. जसं काही फतेहपूर-सिक्रीच्या प्रवेशद्वारावर

कोरण्यासाठीच ते वाक्य खास बोललं गेलं होतं. ते वाक्य असं होतं, 'हा निव्वळ एक पूल आहे. यावर आपलं घर बांधू नका. ही फक्त ओलांडून जाण्याची जागा आहे.'

हे विधान जीवनाबद्दलचं आहे. जीवन हा एक पूल आहे. इथं घर बांधून मुक्काम ठोकायचा नसतो. ओलांडून पलीकडं जायचं असतं.

अकबराला ते वाक्य बेहद्द पसंत पडलं. फतेहपूर-सिक्रीच्या प्रमुख द्वारावर ते वाक्य कोरण्यात आलं. पण आणखी काही घडण्याआधीच अकबर कालवश झाला. त्याचा मुलगा तर आधीपासूनच या नव्या शहराच्या विरोधात होता. कारण एकच की त्या पायीच सगळ्या खजिन्याचा सत्यानाश झाला होता. दिल्ली हरप्रकारे व्यवस्थित असताना एक नवं शहर बांधण्यासाठी सारा पैसा खर्ची पडत होता. आणखी चाळीस वर्षं तो प्रकल्प चालू ठेवायला खजिन्यात पैसाही नव्हता. म्हणून मुलाने तो विचारच सोडून दिला. कुणीही तिकडं लक्ष दिलं नाही. ते केवळ एक स्मारक होऊन बसलं. एका महान सम्राटाच्या महान स्वप्नाचं महान स्मारक!

या सगळ्यात माझ्या दृष्टीनं महत्त्वाचं काय असेल तर ते पुलावर कोरलेलं वाक्य.

एका विद्रोही व्यक्तीच्या दृष्टीनं गुरू हा असा असतो. प्रेम हे असं असतं. गुरू आणि प्रेम हे एकाच अर्थाचे दोन शब्द असतात. एक अवस्था अशी येते की स्वत:चा वेगळा विचारच करता येऊ नये इतका तो गुरूशी एकरूप होतो. मग प्रेमाचं एक नव्या उंचीत रूपांतरण होतं आणि ही उंची म्हणजेच भक्ती.

भक्ती हा काही मार्ग नाही. ते एक प्रेमप्रकरण आहे. विशुद्ध आणि अंतिम म्हणता येईल असं प्रेमप्रकरण. मग तुम्ही कुणीही असा. प्रेम तुमच्यासाठी एक पूल बनतं. एक द्वार बनतं. वैश्विक एकतेकडं घेऊन जाणारा पूल. सिंधूमध्ये बिंदू होऊन स्वत:ची ओळख विरघळवून टाकण्याच्या अनुभवाकडं नेणारं द्वार. मीपण कसं गळून पडतं? कमलपत्रावरून दवबिंदू निखळावा तसं.

प्रश्न

एका मित्राला पत्र लिहिताना 'मी खूप आनंदात आहे. निवांत आहे.खूप चांगलं काहीतरी मला मिळतंय' हे लिहिताना मी अडखळले. जणू काही असं लिहिणं हे खोटं असतं. असं वाटणं हे नॉर्मल असण्याचं लक्षण नाही. ही झाली विचारांची ब्रिटिश पद्धत! पण मला हे जे काही वाटतंय की जीवन हे एक ओझं नसून एक अमूल्य उपहार आहे आणि मी ते अत्यानंदानं भोगत आहे. हे वाटणंच विद्रोही व्यक्तीचं वाटणं असणार. होय ना?

सुरभी, ही विचारांची फक्त ब्रिटिश पद्धत नाही, तर जवळजवळ सगळ्या जगभर हीच एक विचार करण्याची पद्धत आहे. आपण अत्यानंदात आहोत यावर आपल्याला विश्वासच ठेवता येत नाही. कारण भोवतालचं जग इतकं दुःखात आणि दैन्यात असतं की आपण आयुष्याची मजा चाखत आहोत असं जर तुम्ही त्यांना सांगितलं तर एक तर ते तुम्हांला वेड्यात काढतील किंवा तुम्ही ड्रगॲडिक्ट आहात असं समजतील. तुम्ही शंभर टक्के व्यवस्थित आहात, कुठंच काही खटकत नाही, हेच तर त्यांना खटकतं!

या जगात तुम्ही नॉर्मल व्यक्ती केव्हा असता तर तुमच्या आयुष्यात काहीतरी खटकणारी गोष्ट हवी! 'सगळं मजेत चाललंय...मला कसलंही दुःख नाही' असं म्हणाल तर लोक तुमच्याकडं संशयानं पाहायला लागतील. रात्री जास्त झालेली दिसतेय असं तरी त्यांना वाटेल, नाहीतर तुम्हांला वेड लागलंय अशी त्यांची खात्री पटेल. वेडी माणसंच असं बोलू शकतात.

आणि बहुमत हे नेहमीच बरोबर असतं. तुम्ही एकटे असता आणि कोणाची खात्री पटवून देणं शक्य नसतं. कारण तुमचा आनंद इतरांच्या हातात तरी देता येत नाही, हा बघा, न्याहाळा याला म्हणून. तुमचं समाधान त्यांच्यासमोर ठेवता येत नाही की घ्या हे, करा याची चिरफाड आणि ठरवा ते खरं की निव्वळ भास. हे अनुभव पूर्णतः व्यक्तिनिष्ठ असतात. ते बाहेर आणता येत नाहीत. त्यांची वैज्ञानिक प्रयोगातून छाननी करता येत नाही. त्या काही वस्तू नसतात. त्यामुळे वस्तुनिष्ठ प्रयोग त्यांच्यावर कसे काय करणार?

पण सुरभी, तू काही ब्रिटनमध्ये नाहीस. तू पुण्यातही नाहीस. तू इथं माझ्याजवळ आहेस आणि इथं दुःखात असणं म्हणजे ॲबनॉर्मल असं आम्ही समजतो. आमच्या जीवनाची तऱ्हा पूर्ण आगळीवेगळी आहे आणि आमची भाषाही आगळीवेगळी आहे. लांब चेहरा करून ब्रिटिश माणसासारखं राहणं याला आम्ही वेडपट समजतो. कसलंही कारण नसताना तू इथं मस्त आनंदात नाचत राहिलीस तरी कुणी तुला 'का' म्हणून विचारणार नाही.

पण जर तुझा चेहरा उदास दिसला तर मात्र प्रत्येकाला वाटेल की तू नाटक करत आहेस! कोणतीतरी भूमिका वठवत आहेस आणि तू सतत उदास राहायला लागलीस तर तुला मानसोपचारांची गरज आहे असं त्यांना वाटेल. म्हणून तर आमच्याकडे अनेक प्रकारच्या मानसोपचारपद्धती आहेत. ध्यानाचे अनेक प्रकार आहेत. वेड्यांना शहाणं करण्यासाठीच आहे बरं हे सारं आणि वेडं असण्याचं, जुनाट वेडाचं एक लक्षण काय तर चेहरा लांब करून उदास बसणं. शहाणपणाची आमची व्याख्या अशी आहे की, कोणतंही कारण नसताना अतीव आनंदात सदैव उचंबळत राहणं.

सुरभी, इथं तू विचारांच्या ब्रिटिश पद्धतीची अजिबात काळजी करू नकोस. ब्रिटनला जाण्यापूर्वी ती पद्धत इथं माझ्याकडं सोडून जा. तोपर्यंत तू इतकी बिघडलेली असणार आहेस की ब्रिटन काय, जर्मनी काय किंवा अमेरिका काय, तू कशाचाच विचार करणार नाहीस. तुम्ही कुठं आहात हे महत्त्वाचं नाही. महत्त्वाचं काय आहे, तर तुम्ही एक संन्यासी आहात. निरोगी, प्रसन्न, समंजस, प्रेममय, करुणामय, आयुष्याचा उत्सव साजरा करणारे एक आनंदयात्री! आणि आयुष्याचा उत्सव साजरा करण्यासाठी जास्त काही लागत नाही. एखाद दुसरं फूल, दोन-चार पानं, एखादी मेणबत्ती एवढंही पुरेसं असतं.

खरंच एक मेणबत्तीही पुरेशी आहे. तिच्या प्रकाशात सर्व चिंता सोडून मस्त नाचत रहा. लोक काही का म्हणेनात. त्यांचा विचार करण्याची आवश्यकताच नाही. संन्यासी होण्यासाठी आवश्यक असणाऱ्या प्राथमिक गोष्टींपैकी ही गोष्ट आहे की, लोक काय म्हणतील हे भय टाकून देता आलं पाहिजे. लोकांचं आयुष्य त्यांनी कसं जगावं याचं त्यांना स्वातंत्र्य आहे. त्यांना दुःखात कुढत जगायला आवडतं तर ठीक आहे. तुम्ही त्यांना तसं जगण्याच्या शुभेच्छा द्या! पण तुम्ही मात्र दुःखात जगायचं नाही असा ठाम निर्धार केलेला आहे आणि तुमच्या जीवनात तुम्हांला कोणाचीही ढवळाढवळ चालणार नाही. आनंदात राहायला मुळीच घाबरू नकोस. घट्ट हो.

दोन छोटी मुलं आर्ट गॅलरीत एक अमूर्त पेंटिंग बघत होती. एकजण म्हणाला,

'चल... पळू या. नाहीतर आपणच हे केलंय् म्हणतील ते...'

प्रत्येकाची आपली आपली समजूत....

हायमी गोल्डबर्ग खूप आजारी पडला. स्पेशॅलिस्टने तपासले... ''नक्कीच बरं करीन मी तुम्हांला.''

''पण किती पैसे घेणार?''

''माझी फी सत्त्याण्णव डॉलर्स आहे.''

''छे.. छे... ती तुम्हांला कमी करावी लागेल... नाहीतर कबर खणणाऱ्यांनी मला खूपच कमी पैसे सांगितलेत!''

लोक आपापल्या पद्धतीनं विचार करतात! त्यानं आधीच सगळी चौकशी करून ठेवलीय. नाहीतरी आज ना उद्या मरायचंच आहे. मग कशाला पैसे वाया घालवा? एखाद्या अर्थशास्त्रज्ञाप्रमाणं त्यानं विचार केला. तुम्हांला वाटेल हा माणूस वेडसर आहे.

पण असे लोक जगात असतात. तुम्ही एकच लक्षात ठेवायचं की, सदैव आनंदी राहायचं. तोच शहाणपणाचा निकष. आनंदात राहण्यासाठी कितीही किंमत

द्यावी लागली तरी चालेल. अगदी ९७ डॉलरसुद्धा....

रविवारच्या शाळेत एक लहान मुलगा वाकड्या तोंडानं बसला होता. तो भिंतीवरच्या एका चित्राकडं बघत होता. जुन्या ख्रिश्चन हुतात्म्यांना सिंहाच्या तोंडी देत असत त्याचं चित्र होतं ते. तो म्हणाला, "अरेरे... तो मागचा छोटासा सिंह बघा बिचारा... त्याला काहीच मिळालेलं नाही..."

आता कशाचा अर्थ कसा लावायचा हे तुमच्यावर अवलंबून असतं. शाळेच्या प्रमुखांनी ते चित्र तिथं का लावलं तर पूर्वी ख्रिश्चनांची काय अवस्था होत असे हे त्यांना समजावं म्हणून की त्यांना कसं भुकेल्या सिंहांच्या तोंडी देत असत वगैरे.

पण या मुलाला त्याची काय कल्पना? तो आपल्या मागच्या सिंहाकडं बघतोय्. सगळ्या सिंहांना खायला मिळतंय्... त्याला मिळत नाही.... अरेरे!

❀

८

कबुलीजबाब द्या ताऱ्यांना

या विश्वाबरोबर संवाद करा.
अगदी पूर्ण मोकळं करा
तुमचं अंत:करण.
काही म्हणजे काही
लपवून ठेवू नका.
मग एक प्रचंड मुक्तता मिळेल
स्वच्छ, शुद्ध झाल्याचं जाणवेल
आणि त्यातूनच येईल एक
निरागसता.

प्रिय ओशो,

माझ्या असं लक्षात आलंय की, मी जे प्रश्न तुम्हांला लिहितो ते सगळे नकळत कसलेतरी 'कबुलीजबाब' (confessions) होतात. वास्तविक पुरोहितासमोर कन्फेशन देण्याची रीत माझ्या संस्कारांमध्ये कधीच नव्हती, तरीही हे एक प्रकारचे संस्कारच आहेत का? तुम्हांला सारं सांगताना माझी कदाचित अशी अपेक्षा असावी की तुम्ही मला यातून मुक्त करू शकता. हे असंच आहे का? की हे असं विचारून मी जबाबदारी टाळायला बघतोय? कदाचित हे खरंखुरं विचारणं नसेलच?

प्रेम तरंग, प्रत्येक प्रश्न हा कबुलीजबाबच असतो. तुम्हांला त्याची जाणीव असेल किंवा नसेल. तुमचा प्रश्न तुम्हांला उघडं करतो. कॅथॉलिक संकल्पनेतला हा कबुलीजबाब आहे असं मात्र नाही. कारण त्या कन्फेशन्सना एक कुरूपपणा चिकटलेला असतो. एरवी कबुलीजबाब ही एक अत्यंत उपकारक अशी क्लृप्ती आहे.

ज्या क्षणी तुम्ही पूर्ण मोकळे होता, काहीही दडवून ठेवत नाही त्या क्षणी तुम्ही हलके हलके होता. वजनरहित होता. त्या रहस्यांचं एक ओझं होऊन बसलेलं असतं. एक भीती तयार झालेली असते. ते कोणाला तरी कळेल. आपलं बिंग फुटेल याची भीती. या भीतीपासून, ओझ्यापासून तुम्हांला मुक्तता देण्याचं काम कबुलीजबाब करत असतो. तुम्ही एक माणूस आहात आणि तुमच्या हातून चूक घडू शकते या सत्याचा स्वीकार कबुलीजबाब करत असतो.

चुका करणं हे मानवी आहे आणि क्षमा करणं हे देखील मानवीच आहे. 'क्षमा करणं हे दैवी आहे' It is divine to forgive हे विधान फार धोक्याचं आहे. कारण मग लोकांनी कुणाला क्षमाच करायला नको. क्षमा ही मानवासाठी नाही म्हटल्यावर प्रश्नच मिटला. मानवासाठी सूड आहे. शिक्षा आहे. मी याचा पुनरुच्चार करतो की, चुका करणं मानवी आहे आणि क्षमा करणं हे त्याहून अधिक मानवी आहे.

परंतु कॅथॉलिक परंपरेतला जो कबुलीजबाब आहे तो गैर प्रकारानं वापरला गेलाय. एका अर्थानं तो मानसशास्त्रीय आहे. महत्त्वाचा आहे. मानसविदाच्या समोर

बसलेला मनोरुग्ण तरी काय करतो दुसरं? त्याला कन्फेशन असं नाव नसलं म्हणून काय झालं? तो तेच तर करत असतो. कोणत्याही पुरोहितापुढे दिला नसता असा गाढ कबुलीजबाब तो देत असतो. आपल्या सगळ्या जखमा उघड्या करून दाखवत असतो. अगदी अबोध मनात दडलेली स्वप्नंसुद्धा सांगत असतो.

पण लपवून ठेवलेल्या जखमा तुम्ही एकदा का उघड्या केल्या की त्या जखमा राहात नाहीत, हे जीवनाचं रहस्य आहे. त्या विरून जातात. त्यांची वाफ होऊन जाते. तुम्हांला दुसरं काहीही करायची गरज नाही. एक प्रेमळ हृदय फक्त हवं. त्यानं तुमचं फक्त ऐकायला हवं. बस्स!

जग आता अशा एका अवस्थेला येऊन पोचलेलं आहे की, दुसऱ्याचं ऐकून घ्यायला कुणाकडं वेळच नाही. बर्ट्रांड रसेलनं एक असं भाकीत केलं होतं की, भविष्यात लोक एकमेकांपासून इतके दूर जातील, इतके परके होतील की, कुणाचं दुःख ऐकून घेण्यासाठी कुणाला वेळ नसेल. तुमची रडकथा कोण ऐकणार? ऐकणं की काही साधी गोष्ट नाही. ऐकवणारा हलका होतो, पण ऐकणारा जड होतो त्याचं काय?

बर्ट्रांड रसेलनं म्हटलं होतं की तुम्हांला व्यावसायिक श्रोत्यांकडं जावं लागेल. ते पैसे घेऊन तुमचं म्हणणं ऐकायला तयार होतील. काही प्रतिक्रिया व्यक्त न करता, मूल्यमापन न करता, बरं-वाईट न म्हणता ते तुमचं सगळं बोलणं ऐकून घेतील. निव्वळ आणि निखळ श्रवण! व्यावसायिक श्रवण. त्यासाठी लोक पैसे मोजतील. कारण तो माणूस त्यांना आपला वेळ देतोय् ना.

खरं म्हणजे सायकोॲनॅलिसिसच्या नावाखाली हा प्रकार सुरू झालेलाच आहे. कारण 'व्यावसायिक श्रवण' या शब्दापेक्षा 'मनोविश्लेषण' हा शब्द जास्त चांगला वाटतो. 'येथे व्यावसायिक श्रवण केले जाईल. दर ताशी ५० रु.' अशी पाटी जर तुम्ही घरावर लावलीत तर लोक तुम्हांला वेड्यात काढतील. पण मनोविश्लेषक दुसरं काय करतात?

'कोच' हा फ्राइडचा मोठाच शोध म्हणावा लागेल. या कोचावर पडून मनोरुग्ण बोलतो. असं पडून बोलणं बसून किंवा उभं राहून बोलण्यापेक्षा फार वेगळं ठरतं. उभं राहून किंवा बसून तुम्ही झोपू शकत नाही. त्यासाठी आडवंच पडायला हवं. एक उशीही हवी. त्यामुळे तुमचं डोकं शरीराच्या पातळीपेक्षा थोडं वर राहतं. त्यामुळे डोक्यामध्ये जे रक्ताभिसरण होतं ते अगदी हळूहळू होतं.

दुसरं म्हणजे आडवं होणं म्हणजे इतर सगळ्या प्राण्यांसारखं होणं, क्षितिजसमांतर अवस्था. ही अवस्था थोडी अधिक साधीसुधी, अधिक निरागस आणि कमी लबाड असते. ज्या गोष्टी तुम्ही आडवं होऊन बोलाल त्या उभं राहून किंवा बसून कधीच बोलू शकणार नाही. कारण सरळ, ताठ अवस्था ही जगातल्या सगळ्या प्राण्यांहून

वेगळी आहे. ती नैसर्गिक नाही. म्हणून तर बराच वेळ उभं राहिल्यावर किंवा बसल्यावर आपण थकून जातो. आडवं झाल्यावर तुम्हांला बरं वाटतं. म्हणून तर सकाळी उठल्यावर इतकं ताजंतवानं वाटतं. झोपेत तुमची उभं राहण्याची कृत्रिम ढब आपोआपच गळून पडलेली असते.

उभ्या अवस्थेत मनामधून फारच कमी प्रमाणात रक्ताभिसरण होत असतं. कारण त्या स्थितीत रक्ताला गुरुत्वाकर्षणाच्या विरुद्ध वाहावं लागतं. जेव्हा मनाकडे कमी रक्त जातं तेव्हा ते अधिक चतुर बनतं. अधिक कार्यक्षम, अधिक सतर्क बनतं. आपण काय बोलत आहोत, याचा परिणाम काय होईल याचा विचार करू लागतं. पण एकदा आडवं झालं की, तुम्ही शिथिल, चिंतामुक्त होता, तसंच मनही होतं.

आणि मनोविश्लेषक कोचाच्या मागं बसलेला असतो तुम्हांला तो दिसत नसतो. कुणीतरी आपल्याकडे बघत आहे किंवा नाही यानंही बोलण्यात फार फरक पडतो. कुणी पाहत असेल तर तुम्ही सावध होता. काय बोलू काय नको.... वगैरे भान राहतं. पण जेव्हा समोर कोणी नसतं तेव्हा जणू काही तुम्ही स्वत:शीच बोलत असता...

खरं म्हणजे मनोविश्लेषकाकडे जाऊन त्याची लठ्ठ फी देणारी माणसं महामूर्ख आहेत. स्वत:च्याच घरी स्वत:च्याच पलंगावर आडवं पडूनसुद्धा त्यांना हे करता येईल. पण तुम्हांला वाटतं की, एकटं बडबडणं हे वेड्याचं लक्षण आहे. समोर कोणी असेल तरच बोलण्यात अर्थ. पण तुम्हांला काय वाटतं? तो मनोविश्लेषक तुमचा शब्द न् शब्द कान देऊन ऐकतोय म्हणून? तो दिवसभर अनेक प्रकारच्या मनोरुग्णांची बडबड खरोखरच कान देऊन ऐकायला लागला तर त्याची अवस्था काय होईल? रात्री झोप येईल त्याला शांत? त्याचं आयुष्य एखाद्या भयानक स्वप्नासारखं नाही होणार?

फ्राईडच्या हाताखाली काम करणारा एक नवखा डॉक्टर होता. तो फ्राईडला म्हणाला, ''या वयात तुमच्याइतका स्टॅमिना पाहून कमाल वाटते मला. कारण दिवसभर सतराशे साठ प्रकारच्या मूर्ख गोष्टी ऐकून संध्याकाळी गळाल्यासारखं वाटतं मला. तुम्ही तर आयुष्यभर हे करत आलाय. मला मोठं नवलं वाटतं तुमच्या दमाचं.''

फ्राइडनं उत्तर दिलं, ''अरे कसला दम आणि कसलं काय... इथं ऐकतंय कोण? त्यांनी बोलायला सुरुवात केली रे केली की मी माझी कामं सुरू करतो. नव्या सिद्धांतांचा विचार करणं. त्यावरच्या टीकाटिपण्या करणं वगैरे. बोलू दे त्यांना. ते फक्त स्वत:शी बडबडत असतात. मी हे एक निमित्त आहे. माझी तिथं उपस्थिती असणं पुरेसं आहे. त्यांना आपलं एक समाधान की ते कुणाशी तरी बोलताहेत. पण त्याचा त्यांना फायदाच होतो. इथून जाताना ते अगदी ताजेतवाने

होऊन जातात, कारण मनातल्या सगळ्या मळमळीचा निचरा झालेला असतो. स्वच्छ होतात ते.

ज्याचं मनोविश्लेषण अगदी पूर्ण झालेलं आहे असा माणूस उभ्या जगात सापडणार नाही. कारण अगदी सरळ आहे. आठवड्यातून दोन दिवस तुम्ही मानस-तज्ज्ञाकडे जाणार. भरमसाट पैसे भरून मनावरली ओझी तिथं उतरवणार पण राहिलेल्या पाच दिवसांत तुम्ही काय करता? तोच सगळा कचरा पुन्हा मनात साठवता.

तुमचे प्रश्न येतात ते मनात साचलेल्या या कचऱ्यातून. कबुलीजबाबाचं दुसरं रूप असतं ते. तुमच्या प्रश्नात ईश्वरी अंश कधीच दिसत नाही, कारण ते काल्पनिक असतात आणि कोणत्याच काल्पनिक गोष्टींवर तुम्ही अवलंबून राहावं हे मला नको आहे. तुम्ही पूर्णपणे स्वतंत्र व्हावं, 'तुम्ही स्वत:' व्हावं असं मला वाटतं आणि म्हणूनच मी सांगत असतो की तुमचे कबुलीजबाब माझ्याकडे आणू नका. प्रश्न आणा. कबुलीजबाब हा लांबलचक आणि अनावश्यक असतो. खऱ्या प्रश्नात मात्र दीर्घ संभाषणाचा अर्क साठवलेला असतो.

तुमच्या प्रश्नाला उत्तर देणं हा माझा प्रयत्न नसतो, तर तुम्हांला प्रश्नशून्य करणं ही माझी धडपड असते. तो प्रश्नच मला नष्ट करून टाकायचा असतो. त्या प्रश्नापासूनच तुम्हांला मुक्ती मिळायला हवी.

तरंग, तुझं बरोबर आहे, खरं तर प्रत्येक प्रश्न म्हणजे एक 'कन्फेशन' असतं. तुम्ही कॅथॉलिक असा, प्रोटेस्टंट असा, हिंदू असा, मुसलमान असा किंवा बौद्ध असा, त्यानं काही फरक पडत नाही. तुमचा प्रश्न तुमचं अज्ञान दाखवतो. लोक आपलं अज्ञान सतत लपवत असतात. लपविल्यामुळे ते साचत जातं. असं लपवून ठेवून, साचवून ठेवून त्या अज्ञानापासून तुमची सुटका होत नाही. तुम्ही अधिकाधिक अज्ञानी होत जाता.

वय वाढत जातं तसं तुमचं अज्ञान आणखी वाढतं. कारण ज्या गोष्टींमधलं आपल्याला काडीमात्र कळत नाही अशा गोष्टींची तुम्हांला जाणीव झालेली असते. लहान मूल अजाण असतं. ते अबोध, निरागस असतं. ज्ञानाच्या किंवा अज्ञानाच्या— दोन्ही रस्ते एकच असतात— रस्त्यावर त्यानं अजून पाऊल टाकलेलं नसतं. पण मोठे झाल्यावर आपलं अज्ञान दडविण्यासाठी तुम्ही उसनं ज्ञान गोळा करायला लागता. पण अज्ञान झाकल्यानं काही माणूस शहाणा होत नसतो. त्यातून तुमचा मठ्ठपणाच दिसतो. तुमची सगळी तथाकथित शहाणी माणसं अशीच असतात. अज्ञानानं ठासून भरलेली, पण वरून सुंदर, उसन्या ज्ञानाचं कातडं पांघरलेली!

खराखुरा, अस्सल शहाणा माणूस कोण? तर जो सर्व प्रकारच्या अज्ञानातून मुक्त होतो. उसन्या ज्ञानाचं ओझं जो वाहत नाही. तो ज्ञान मिळवतो ते आपल्या स्वत:च्या अनुभवातून. जर तुमचे प्रश्न तुमच्या अज्ञानातून तुम्हांला मुक्त करण्याच्या

दृष्टीनं प्रचंड फायदेशीर आहेत.

तुम्ही पुन्हा एकदा बालसदृश व्हावं, निरागस व्हावं अशी माझी इच्छा आहे. कारण तिथूनच तुमची वाट चुकलेली होती. मला पुन्हा तुम्हांला त्या ठिकाणी आणायचं आहे. 'मला काहीही माहीत नाही.' असं का एकदा आतून वाटायला लागलं की त्या अज्ञानातून मोकळे झालात.

आता तुम्हांला शोध घेता येईल प्रेमाचा, शांतीचा, सौंदर्याचा, आनंदाचा. या सगळ्या गोष्टी तुमच्या अस्तित्वाचाच एक भाग आहेत. तुम्हांला कुठं ग्रंथालयात जायला नको की कुणा शहाण्या माणसाला शोधायला नको. जिथून जीवन उगम पावतं त्या तुमच्या अंतर्यामी असणाऱ्या मूल स्रोताकडे जा. याच स्रोतातून तुमचा प्रकाशही फाकणार आहे.

तू विचारलं आहेस, "तुम्हांला सारं काही सांगताना माझी कदाचित अशी अपेक्षा असले की तुम्ही मला यातून मुक्त करू शकता."

मला सारं काही सांगण्यानेच तू मुक्त होतोस. मी तुला मुक्त करत नसतो. मी काही कुणी तारणहार रक्षणकर्ता नाही. प्रेषित, तारणहार, अवतार ही सगळी जुनाट भंकस आहे. माझा आणि त्या सडलेल्या कचऱ्याचा काहीही संबंध नाही. एक पहिलं साधं पाऊल तुम्ही उचललंत. विचारण्याचं सांगण्याचं– यातच त्यातून मुक्त होण्याची सुरुवात झाली. माझं काम फक्त तुमचा प्रश्न नाहीसा करून टाकायचा, एवढंच आहे का? तर त्यानं पुन्हा तुम्हांला ताप द्यायला नको.

जीवन प्रश्नांनी बनलेलं नाही. जीवन गूढतेनं बनलेलं आहे. या गूढतेबद्दल प्रश्नही विचारता येत नाहीत आणि उत्तरंही देता येत नाहीत. आपण निरागस राहणं एवढी एकच गोष्ट उपलब्ध असते. ज्ञानी माणूस जीवनापासून दूर असतो. त्याचं ज्ञान जितकं मोठं तितकं त्याचं जीवनापासून अंतर जास्त! साधा, निरागस माणूस मात्र जीवनाच्या आणि प्रकाशाच्या अगदी जवळ असतो, कारण त्यापासून दूर न्यायला काही नसतंच.

तुला अशीही काळजी लागून राहिली आहे की "... हे असं विचारून मी जबाबदारी टाळायला बघतोय का? की कदाचित हे खरंखुरं विचारणं नसेलच?" ज्या प्रश्नाबद्दल तुम्हांला काही तळमळ वाटत आहे असा प्रत्येक प्रश्न खराखुराच असतो आणि ज्या प्रश्नाचा तुमच्याशी काहीही संबंध नसेल तर तो प्रश्नसुद्धा उधार-उसनवारीचा असेल...

एकदा एक प्राध्यापक माझ्याकडं आले आणि मला विचारायला लागले, "माझा एक मित्र दुसऱ्या जातीतल्या मुलीच्या प्रेमात पडलाय... तर आता त्यानं काय करावं असं तुम्हांला वाटतं?" जात ही मोठीच समस्या असतो ना आपल्या देशात. मी त्यांच्या डोळ्यात रोखून पाहिलं तर ते माझी नजर चुकवत होते. मी

म्हटलं, "त्या मित्रालाच का नाही पाठवत माझ्याकडं? हा प्रश्न तुमच्यावतीनं तो विचारेल." त्यांना धक्काच बसला. ते म्हणायला लागले, "तुम्हांला कसं कळलं?"

मी म्हटलं, "हेच तर माझं काम आहे. ज्या पद्धतीनं तुम्ही विचारत आहात.... तुम्ही भावनिकरीत्या गुंतलेले आहात आणि वर चतुरपणा करताय की माझा एक मित्र प्रेमात पडलाय म्हणून... प्रेमात तुम्ही पडलेले आहात.. पण तुम्हांला प्रश्न विचारायचं सुद्धा धाडस नाही. विसरा ते प्रेमबिम सारं. ज्या माणसाला प्रश्नसुद्धा विचारण्याची हिम्मत नाही तो परजातीच्या मुलीबरोबर लग्न करणार? आणि हा प्रश्न काय तुमच्या गणितशास्त्रातला प्रश्न आहे की कुणी मित्र संकटात आहे, त्याच्यासाठी तुम्ही माझ्याकडून उत्तर घेऊन जाणार, त्याला ते सांगणार. मग सगळं सुरळीत होईल.. तुम्ही तुमच्या मित्राला आणा..."

ते म्हणाले, "क्षमा करा. मी खोटं बोलत होतो मला फक्त उत्तर हवं होतं." मी म्हटलं, "व्यक्तीच्या किंवा एखाद्या संदर्भाच्या शिवाय नुसत्या प्रश्नाला कधीच योग्य उत्तर मिळणार नाही."

खऱ्याखुऱ्या, अस्सल नसणाऱ्या प्रश्नाचं हे उदाहरण झालं.

खूपदा लोक आपल्या ज्ञानाचं प्रदर्शन करण्यासाठी प्रश्न विचारतात. ते प्रश्न त्यांच्या न जाणण्यातून आलेले नसतात, तर नको इतकं जाणण्यातून आलेले असतात. पुस्तकातून, ग्रंथालयातून, विद्यापीठातून त्यांनी ज्ञान गोळा केलेलं असतं. त्या ज्ञानातून ते प्रश्न येतात.

एकदा, एका लहानशा गावातल्या सरकारी अतिथिगृहात मी उतरलो होतो. खोल जंगलात होतं ते. गावात ती तेवढीच राहण्यासारखी जागा होती. दोन गृहस्थ माझ्याकडं आले. दोघही ८० च्या घरात दिसत होते. ते म्हणाले, "आम्ही लंगोटीयार आहोत. घरं सुद्धा शेजारी शेजारीच आहेत. आम्ही दोघं आयुष्यभर भांडत आहोत. मी एका धर्मात जन्माला आलो आणि हा दुसऱ्या. मी जैन आहे आणि हा हिंदू. ह्याचा देवावर विश्वास आहे आणि माझा नाही. तुम्ही इथं आल्याचं कळलं म्हणून आलोय. आम्ही किती वादविवाद केले. धर्मग्रंथ धुंडाळले, अवतरणं वाचली. आयुष्यभर हे चालू आहे.. पण दोघांपैकी कुणाचाच विजय होत नाही. तुम्हीच काहीतरी सांगा आम्हांला." मी सांगितलं, "तुमचा प्रश्नच अस्सल नाही. हिंदू माणसाला 'देव आहे' हे माहीत नाही. ते त्याचं पढिक ज्ञान आहे. आणि जैन माणसालाही 'देव नाही' हे माहीत नाही. कारण त्याचंही ते निव्वळ पुस्तकी ज्ञान आहे. तुम्ही वेगळे नाहीच आहात. तुमचा विरोध फुकट आहे.

तुमचे धर्मग्रंथ म्हणतात देव नाही आणि त्यांचे धर्मग्रंथ म्हणतात देव आहे. ते त्या गृहितकावर (hypohesis) विश्वास ठेवतात, तुम्ही या गृहीतकावर विश्वास ठेवता. म्हणजे तुम्ही दोघंही गृहितकांवरच विश्वास ठेवता. तुमच्यापैकी एकाला तरी

कशाचा अनुभव आहे का? हिंदू व्यक्तीने देवाला पाहिलंय? जैन व्यक्तीनं अनुभव घेतलाय की देव नाही म्हणून? देव आहे किंवा नाही हे पडताळण्यासाठी जग पालथं घातलंय का तुम्ही?''

त्यांनी एकमेकांकडं पाहिलं.

मग ते म्हणाले, ''आयुष्यभर आम्ही फुकट काथ्याकूट केला. तुमचं बरोबरच आहे. आम्हांला दोघांनाही देव असण्याचा किंवा नसण्याचा मुळीच अनुभव नाही. आम्ही दोघं गृहीतकं मानणारेच ठरलो.''

आता गृहीतक म्हणजे केवळ एक कल्पना असते. तर तुमचा प्रश्न ज्ञानातून येऊ दे, नाहीतर अज्ञानातून. मी एकच करणार, तो प्रश्न नष्ट करून टाकणार. मी तुम्हांला त्या प्रश्नाचं उत्तर देणार नाही. तो मी उडवून टाकणार.

यासाठी तुम्हांला तुमच्या प्रश्नाचं स्वच्छ विश्लेषण करून देणं आवश्यक असतं. प्रश्न कोठून आला, तो तुमच्यात कोणी घातला, तर मग तो तुमचा नाही आणि जर का तो प्रश्न तुमचा असेल तर तो अस्तित्वगत आहे की गृहितकांवर आधारलेला आहे. कसाही असला तरी प्रश्न नष्ट व्हायलाच हवा.

आदिम काळापासून या जगात दोन प्रक्रिया अखंड चालू आहेत. अस्तित्वाचं गूढ उकलण्याच्या या दोन प्रक्रिया म्हणजे एक विज्ञान आणि दुसरी धर्म. विज्ञान हे अधिक बुद्धिनिष्ठपणानं, अधिक व्यवहारीपणानं अस्तित्वाचा अर्थ शोधायला बघतं; तर धर्म आधिक कल्पनारम्यपणानं गृहितकांचा आधार घेऊन अस्तित्वाचं कोडं सोडवायला बघतं. पण दोघंही सगळ्या प्रश्नांची उत्तरं मिळविण्यासाठी धडपडतात. यालाच मी 'गूढ उकलवणं' म्हणतो.

यामध्ये एक सूक्ष्म प्रवाह आहे गूढवाद्यांचा. ते शास्त्रज्ञही नसतात आणि कोणत्याही संघटित धर्माचाही झेंडा त्यांच्या हातात नसतो. माझ्या मते जगानं निर्माण केलेले हे सर्वांत मौल्यवान लोक आहेत. कोणतंही गूढ उलगडलं जाऊ नये यासाठी ते धडपडत असतात. कारण 'गूढ उकलवणं' ही गोष्ट खोटी आहे. अस्तित्व हे एक गूढच राहिलं पाहिजे. कारण मग त्या गुढतेचा आनंद तुम्हांला लुटता येईल... या गूढ विश्वात गाणी म्हणता येतील, प्रेम करता येईल, नृत्य करता येईल.

कसलंही गूढ नसलेल्या विश्वात काव्य असू शकत नाही. प्रेम, सौंदर्य असू शकत नाही. गीत असू शकत नाही की नृत्य असू शकत नाही. शोध घ्यावा असं काही नाहीच. ग्रंथालयात जा किंवा संगणकाकडं जा. प्रश्न विचारा आणि घ्या उत्तर. स्वत:ची ओळख पटणं नाही, की साक्षात्कार नाही की काही नाही. अशा जगात गौतम बुद्ध, च्वांग-त्सु, कबीर, येशू, पायथॉगोरस हे कुठून असणार? जे जे सुंदर ते ते लोप पावेल.

आणि मुख्य म्हणजे एखादं गूढ उकलण्याची पद्धतच मुळी चुकीच्या कल्पनांवर आधारलेली आहे. कोणतंही गूढ उकलून दाखवणं तुमच्या आवाक्याबाहेरचं आहे.

डी. एच. लॉरेन्स हा माझ्या मते आपल्या समकालीन जगातला गूढवादीच आहे. हा शब्द फक्त धार्मिक लोकांपुरताच मर्यादित असावा, असं मला वाटत नाही. जे लोक अस्तित्वगत गूढतेच्या बाजूचे आहेत ते सगळे गूढवादीच.

तर डी. एच. लॉरेन्स एका लहान मुलाबरोबर एका बागेतून चालला होता. मूल प्रश्न विचारत होतं. सगळीच मुलं प्रश्न विचारत असतात. मुलं असे प्रश्न विचारतात की कधी कधी त्याचं उत्तर मोठमोठ्या तत्त्वज्ञांना देखील देता यायचं नाही. पण पालक मुलांना गप्प बसवत असतात. "हा प्रश्न विचारू नकोस. तू मोठा झालास की कळेल तुला.''

एकदा हेच शब्द माझ्या वडिलांच्या एका मित्रानं मला ऐकवले होते. त्या भागात फार मोठा विद्वान म्हणून या गृहस्थाची ख्याती होती. ते एक बहुश्रुत पंडित होतेच म्हणा. पण मी काहीही विचारलं की ते म्हणायचे, "प्रतीक्षा कर. इतका उतावळेपणा करू नकोस. तू मोठा झालास की तुला कळेल.''

मी मोठा झाल्यावर शेवटचं त्यांना भेटलो तेव्हा ते मृत्युशय्येवर होते. मी म्हटलं, "आता मी मोठा झालोय आणि तुमची तरी पूर्ण वाढ झालेली आहे. आता देणार आहात का माझ्या त्या प्रश्नांची उत्तरं? नसाल तर निदान आपला खोटेपणा कबूल तरी करा. की, एका लहान मुलाला तुम्ही फसवत होतात. कारण तुम्हांला ते माहीतच नव्हतं. मोठं झाल्यावरही मला उत्तरं मिळालेली नाहीत. तुम्ही तर परिपक्व झालेले आहात. कोणत्याही क्षणी पिकलेलं फळ गळून पडणार आहे. सांगा मला.. सापडली का उत्तरं तुम्हांला?'' मृत्यू माणसाला प्रामाणिक करतो. डोळे उघडून ते म्हणाले, "मला क्षमा कर. विद्वान पंडित म्हणून मला मिळत असलेल्या कीर्तीला धक्का लागू नये म्हणून मी तुला तसं बोललो. माझ्याजवळ उत्तरच नव्हतं. खरं म्हणजे कशाचंच उत्तर नसतं हे सत्य आहे. हुशार आणि लबाड माणसं इतरांना तुच्छ लेखण्यासाठी उत्तरं तयार करत असतात.''

मी म्हटलं, "मला खूप बरं वाटलं. निदान मृत्यू समीप असताना तरी तुम्ही सत्य सांगितलंत. या गोष्टीमुळे आता तुम्ही शहाणे झालात. तुम्ही अज्ञानात जगलात; पण तुमचा मृत्यू मात्र निरागसपणात होणार आहे.''

तर त्या लहान मुलाने डी. एच्. लॉरेन्सला विचारलं, "झाडं हिरवी का असतात?'' आता प्रश्नाला विज्ञान एक तात्पुरतं उत्तर देऊ शकेल. मी "तात्पुरतं'' म्हणतो कारण खरं म्हणजे ते उत्तर नाहीच. प्रश्नाला फक्त पुढं ढकलण्याचा तो प्रकार आहे. विज्ञान म्हणेल, "झाडं हिरवी असतात कारण त्यांच्यामध्ये हरितद्रव्य (chlorophyll) नावाचं एक रसायन असतं. या हरितद्रव्यामुळे झाडं हिरवी

असतात.'' पण हे काही उत्तर नव्हे. कारण प्रश्न आता असा होईल की, ''झाडांमध्ये हरितद्रव्य का असतं?''

प्रश्न तोच आहे, फक्त आता तो तांत्रिक जडजंबाळ भाषेत विचारला गेलाय. मुलानं हाच प्रश्न पारिभाषिक शब्द न वापरता साध्या भाषेत विचारला होता. तुम्ही मारे त्याला हरितद्रव्य वगैरे सांगाल, पण हरितद्रव्यच का असतं झाडांमध्ये? दुसरं काही का नसतं?

गूढ कुठं उलगडलं? ते फक्त थोडं ढकललं गेलं मागं, बस्स. विज्ञानानं गूढ असं थोडं मागं ढकलण्याचंच काम केलंय, अस्तित्वाचं गूढ उकलून कुठं दाखवलंय? प्रत्येक गोष्टीला उत्तरं शोधलेली आहेत, पण ती अशी नामधारी.

डी. एच. लॉरेन्स हा निश्चितच गूढवादी होता. त्यानं त्या मुलाला जे उत्तर दिलं त्यानं माझा त्याच्याबद्दलचा आदर दुणावला. तो म्हणाला, ''हे बघ, नीट लक्ष दे, झाडं हिरवी असतात कारण ती हिरवी असतात.''

मूल म्हणालं, ''बरोबर... ती हिरवी असतात कारण ती हिरवी असतात.''

गूढता तशीच राहिली. डी. एच. लॉरेन्सनं काहीतरी पोकळ उत्तर देऊन त्या मुलाला फसवलं नाही. म्हणजे तो शास्त्रज्ञ असता तर क्लोरोफिल, धार्मिक असता तर 'देवानं त्यांना हिरवं केलयं.' पण हिरवंच का? देव काय वेडा बिडा आहे? निळी, जांभळी, लाल, पिवळी का नाही बनवली झाडं? एकच एक हिरवा रंग कशाला? इंद्रधनुष्याच्या सगळ्या रंगात झाडं बनवली असती तर बागा किती सुंदर दिसल्या असत्या. की रंग संपले त्याच्याकडचे? हिरवाच रंग उरला वाटतं भरमसाठ! युगानुयुगे आपला सगळ्या झाडांना हिरवा रंग देत सुटलाय.

धार्मिक माणसाने 'देवानं झाडांना हिरवं केलंय' असं उत्तर दिलं असतं आणि तो विषय तिथं संपला. झाडाच्या हिरवेपणाचं गूढ त्यानं उलगडलं, पण जे अस्सल, प्रामाणिक लोक असतात ते या गूढ उलगडण्याच्या भानगडीत कधी पडतच नाहीत. उलट ते गूढ आणखी खोल करतात. अस्तित्वाला अधिक गूढ करणारी कोणतीही गोष्ट माझ्या दृष्टीनं खरी आध्यात्मिक आहे.

काव्य अस्तित्वाला आणखी गूढ करतं. चित्र, नृत्य अस्तित्वाला आणखी गूढ करतात.

तेव्हा तरंग, प्रश्न विचारण्याच्या बाबतीत काळजी करू नकोस. तुझे प्रश्न कबुलीजबाब असतील तर ते चांगलंच आहे. ते तुझी सुटका करतील. एक प्रचंड सुटकेची भावना जाणवेल तुला. आणि जर तुझे प्रश्न उधार घेतलेले असतील तरी त्यांच्यापासूनही मुक्तता मिळालीच पाहिजे.

मनुष्य चेतनेच्या एका अशा अवस्थेला आला पाहिजे की जिथं एकही प्रश्न शिल्लक राहणार नाही. ती अवस्थाच उत्तर आहे. बाकी उत्तरं असं काही नसतं.

अस्तित्वामधील सर्वांत मोठं गूढ आहे हे– प्रश्नशून्य चेतना!

योगी हा संपूर्ण वर्तुळ पूर्ण करून येतो. तो पुन्हा एकदा लहान मूल होतो. मुलाच्या निरागस, शुद्ध नजरेनं तो अस्तित्वाकडं पाहू लागतो आणि मग प्रत्येक गोष्टीला एक गूढ सुगंध यायला लागतो.

तो गूढ सुगंध म्हणजेच अस्तित्वात असलेला एकमेव देवपणा असतो.

प्रश्न

जिवाभावाचे साथी म्हणून एकत्र आलेले जोडीदार एकाच कोठडीत डांबलेल्या दोन कैद्यांसारखे व्हावेत, यापेक्षा वेगळं काही घडण्याची शक्यता असते का?

रामर्षी, ते जोडीदार दुसरं काही न होता फक्त एकाच कोठडीत डांबलेल्या कैद्यांसारखे झाले तरी पुष्कळच साध्य झालं असं म्हणावं लागेल. ते निदान परस्परांचे कट्टर शत्रू असतात.

पण सर्वसामान्य प्रेम म्हणून जे काही असतं ते दोन बाजू असलेल्या नाण्यासारखं असतं. एक बाजू असते द्वेषाची आणि दुसरी प्रेमाची. आणि कोणत्याही क्षणी या बाजू उलटत असतात. चोवीस तासांत अनेक वेळा हे नाणं उलटं-सुलटं होत असतं. जिवाभावाचे जोडीदार असलं काही खरं म्हणजे नसतंच. शब्द.. निव्वळ शब्द शिकतो आपण. प्रेम, मैत्री, आत्मा. पण या शब्दांचा अनुभव आपल्याला कधीच नसतो. शब्दकोशातल्या अर्थाप्रमाणे आपल्याला त्या शब्दांचा कोरडा अर्थ तेवढा माहीत असतो. अर्थांची कलेवर असतात आपले शब्द. अर्थशून्य... पोकळ... मृत आणि अगदी थोड्या काळातच ही मेलेली शरीरं सडून घाण मारायला लागते!

जिवाभावाच्या जोडीदारांचा हा एक किस्सा–

अंगभर बँडेज बांधलेला एक गुंड कुबड्यांवर चालत असलेला पाहून त्याच्या मित्रानं विचारलं, "अरे काय झालं काय तुला?"

"ट्रेन्सची टक्कर रे. मला पन्नास हजार मिळाले आणि बायकोला पंचवीस हजार..." "बायकोला कितपत लागलंय्?" मित्रानं विचारलं.

"तिला अरे काही सुद्धा लागलं नव्हतं, पण अपघाताच्या त्या गोमगाल्यात मीच प्रसंगावधान दाखवलं आणि एक सणसणीत लाथ हाणली तिच्या थोबाडावर..."

तर हे जिवाभावाचे जोडीदार...

आपण ज्या जगात राहत आहोत ते खरंच वेडगळ आहे. या जगात जगावं कसं हे कोणतंही शिक्षण माणसाला शिकवत नाही. जगण्याची कला, प्रेमाची

कला, मैत्रीची कला, शांतीची कला, ध्यानाची कला आणि अगदी शेवटची मृत्यूची कला कुठं शिकवतं तथाकथित शिक्षण? खरं म्हणजे जगण्यासाठी या अत्यावश्यक कला आहेत आणि व्यक्तीचं एक तृतीयांश आयुष्य फुकट घालून आपण तिला शिकवतो काय तर इतिहास.. जो अथपासून इतिपर्यंत लाजिरवाणा आहे... आणि आम्ही शिकवतो काय तर भूगोल.. जो जवळजवळ मानवनिर्मित आहे. देश आणि त्यांच्या सरहद्दी. अशा कुरूप गोष्टी शिकवतो आपण.

व्यक्तीचं आयुष्य आनंदानं ओसंडून जाईल, सुगंधानं वाहू लागेल इतकं की तो सुगंध दुसऱ्याला वाटावासा वाटेल असं काही आपण शिकवतच नाही. दुसऱ्याला वाटून द्यावंसं वाटणं, वाटून देणं म्हणजेच तर मैत्री, प्रेम, करुणा. पण आपण लोकांना याचा थांगपत्ताच लागू देत नाही.

आपली सगळी शिक्षणपद्धती सडलेली आहे. ती फक्त तुम्हांला उदरनिर्वाह देते. तुम्हांला कारकून बनवते. पोस्टमॅन बनवते. स्टेशनमास्तर, पोलिस आयुक्त बनवते. ती जगायचं साधन देते, पण जीवन देत नाही, प्रेम देत नाही.

आणि माणसाला आपलं पोट भरता येतं याचा अर्थ तो जिवंत आहे असं नसतं. मला येशूचं एक वचन आठवतंय, "मनुष्य केवळ भाकरीवर जगू शकत नाही." पण तुमचं शिक्षण तुम्हांला फक्त भाकरीच शिकवतं, दुसरं काहीही शिकवत नाही, त्याच्या पलीकडचं, त्याच्या वरचं असं काहीही शिकवत नाही. म्हणून तर जगात– प्रत्येक घरात– अपघात दिसतात आपल्याला. हा आपलाच मूर्खपणा आहे कारण आपणच समाजाला प्रत्येक स्वतंत्र व्यक्तीला इजा करण्याची मुभा देत असतो.

म्हणूनच विद्रोही व्यक्तींनी ही एक महत्त्वाची कामगिरी करायला हवी की शिक्षणाचा संपूर्ण साचा बदलायला हवा. शिक्षणाचा एक तृतीयांश भाग उदरनिर्वाहाशी संबंधित असला पाहिजे; एक तृतीयांश भाग आपल्या आरोग्याशी संबंधित हवा म्हणजे शरीर, त्याची निगा, तरुण राहण्याच्या आणि दीर्घायुषी होण्याच्या मार्गाची माहिती इत्यादी. आणि शेवटचा एक तृतीयांश भाग– तो सर्वांत महत्त्वाचा आहे– तो प्रेमाशी, मृत्यूशी संबंधित असला पाहिजे. प्रत्यक्ष जीवनाच्या रहस्यांशी तो संबंधित असला पाहिजे.

तरच आपलं शिक्षण हे हितावह शिक्षण होऊ शकेल आणि अशा शिक्षणाने घडविलेला माणूस आणि समाज निश्चितच निरोगी असेल, उत्साही असेल, प्रेममय असेल, आनंदाने उसळणारा असेल, तो आनंद कोणाहीबरोबर वाटून घ्यायला उत्सुक असेल. कारण या पृथ्वीवर कोणीही परका नाही. संपूर्ण पृथ्वी हे एकच कुटुंब आहे.

❀

९

हसणं ही गोष्ट
ईश्वरी आहे.

माझ्या शिकवणींना
गंभीरपणाचे वावडे आहे.
आयुष्याचा उपभोग घ्या. सभोवताली
पसरलेल्या हास्यास्पद गोष्टींना बघून
मनमुराद हसा.
ईश्वराच्या मंदिराकडे जाताना
रस्ताभर हसत रहा.
जे पोटभर हसले आहेत.
तेच पोहोचलेले आहेत.
आणि
गंभीर माणसं आपले लांब चेहरे घेऊन
अजून वणवणतच आहेत.

जून ११, १९८७, संध्याकाळ.

प्रिय ओशो,

मी स्वत:ला तुमच्या पायरीशी आणलं आणि नंतर पळून जाण्याचा प्रयत्न केला, पण तुम्ही मला असं निसटू दिलं नाही. आता कितीतरी प्रिय मित्रांनी आणि सहप्रवाशांनी मला मिठी मारली आणि तुमच्या माझ्यावरील प्रेमाबद्दलच्या भावना बोलून दाखविल्या. अनेकांना वाटलं की तुम्ही त्यांचे प्रश्न माझ्या प्रश्नात विरघळवून टाकलेत. हृदयाच्या अगदी तळापासून उगम पावलेल्या आसवांमध्ये माझ्या मनाला मी मरू दिलं आणि एक क्षणभर झाडांमध्ये भिरभिरणाऱ्या वाऱ्याच्या आवाजात देखील मला एक गहन शांती ऐकू आली. माझ्या सत्य स्वरूपाबद्दल तुम्हांला जो गाढ आदर आहे तो मला भावतो आणि पुन्हा एकदा या खऱ्याखुऱ्या माझ्यापर्यंत येण्यासाठी तुम्हीच मला मदत केलेली आहे. या आशीर्वादासाठी मी तुमच्या चरणांशी आलो आहे. यासाठी मी माझं आयुष्य ओवाळून टाकतो. कसं व्यक्त करू ते समजत नाही. या अश्रूंमध्ये माझे सगळे प्रश्न शांत झाले आहेत आणि त्यांची एक शुद्ध आस बनली आहे. इथून, कुठे ते मला माहीत नाही, पुढे फक्त तुमचे आशीर्वाद अखंड राहोत... *I Love You.*

सत्यधर्म, अशा काही गोष्टी असतात की त्या बोलता येत नाहीत. पण ऐकता येतात. त्या गोष्टी बोलण्याच्या, शब्दांहून वेगळ्या अशा काही रीती असतात. त्या अधिक खोलवर जातात. त्यांचं महत्त्व फार मोठं असतं. त्यांपैकी सर्वांत महत्त्वाची रीत म्हणजे अश्रू.

मनुष्याच्या अश्रूंपेक्षा मोठी अशी कोणतीच प्रार्थना असत नाही. मनुष्यांच्या अश्रूंपेक्षा अधिक खोल कोणत्याही प्रेमाला जाता येत नाही. मनुष्याच्या अश्रूंपेक्षा अधिक मोठी अशी कोणतीही कृतज्ञता असत नाही. एक लहानसा अश्रू म्हणजे अनंत सागर असतात अर्थांचे, भावनांचे, अभिव्यक्तीचे, भावस्थितीचे.. अश्रूंच्यापुढे शब्द षंढ ठरतात.

तुला जे काही म्हणायचं आहे ते तुझ्या अश्रूंनी सांगितलेलं आहे. खरं म्हणजे तुला ज्याचा पत्ता नाही अशाही काही गोष्टी तुझ्या अश्रूंतून व्यक्त झालेल्या आहेत.

कारण तुझे अश्रू काही केवळ तुझ्या सजग मनातून आलेले नाहीत, तर ते तुझ्या संपूर्ण असण्यातून आलेले आहेत. त्यात तुझी शांतता आहे, तुझी उदासी आहे, तुझा आनंद आहे, त्यांच्या व्याप्तीला अंतच नाही.

जेव्हा शब्दांनी शरणागती पत्करली आणि तुला कसं व्यक्त करावं हे कळेना तेव्हा अश्रू तुझ्या मदतीला आले, हे अगदी योग्यच झालं. एखादी अव्यक्त गोष्ट व्यक्त करायची असेल तर अश्रू हे शेवटचं आश्रयस्थान असतात. आता तू विचारतोस, इथून कुठे? मी सांगणार आहे ते भाषेच्या दृष्टीनं जरा विचित्र वाटेल, पण सत्य सांगण्यासाठी मला जर तेच शब्द वापरावे लागणार असतील तर मी भाषेची पर्वा कशाला करू? काळजीपूर्वक ऐक, माझा संदेश आहे, 'इथून इथे.' 'इथे' हाच काळ, हेच आयुष्य, हेच अस्तित्व. माझं संपूर्ण तत्त्वज्ञान या दोन शब्दांत सामावलेलं आहे– 'इथे आणि आत्ता.'

अस्तित्वाच्या दृष्टीनं हे दोन्ही वेगळे नाहीतच. 'इथे' हा शब्द अवकाशाचा निदर्शक आहे, तर आत्ता हा शब्द काळाचा. गूढवाद्यांचा अनुभव असा आहे की हे दोन्ही एकच आहेत. पण गूढवाद्यांच्या म्हणण्याकडं कुणी लक्ष दिलं नाही. 'इथे' आणि 'आत्ता' हे एकच आहेत हे जाणून घेण्यासाठी जी प्रगल्भता हवी ती कदाचित माणसाला आलेली नसावी. पण आधुनिक भौतिकशास्त्र अल्बर्ट आईन्स्टाईनच्या कृपेनं गूढवादाकडेच वळलेलं दिसतं. या वस्तुस्थितीची कोणालाही कल्पना नाही. कारण गूढवाद्यांना आधुनिक भौतिकशास्त्र कळत नाही आणि गूढवाद्यांची दखल भौतिकशास्त्रज्ञ घेत नाहीत.

मला दोघांचीही दखल घ्यावीशी वाटते. विज्ञान आणि धर्म यांच्याकडे एकच ऊर्जा म्हणून पाहिल्याशिवाय माणूस कधीही परिपूर्ण होणार नाही. एकच ऊर्जा– फक्त तिचा अनुभव घ्यायच्या पद्धती वेगवेगळ्या आहेत. विज्ञान ही वस्तुनिष्ठ पद्धत आहे आणि धर्म ही व्यक्तिनिष्ठ पद्धत आहे. पण ज्याचा अनुभव घेतला जातो ते एकच आहे. ते द्रव्यही नाही आणि 'ईश्वर' ही नाही.

फ्रेडरिक नित्शेनं घोषित केलं की ईश्वर मेला आहे. मी घोषित करतो, द्रव्य सुद्धा मेलं आहे. ईश्वर आणि द्रव्य यांच्यामध्ये जिवंत काय राहत असेल तर ऊर्जा. फक्त ऊर्जा. चेतना हे तिचं अतिशुद्ध रूप, तर द्रव्य हे तिचं सर्वांत अशुद्ध रूप.

आधुनिक भौतिकशास्त्रानं अशी घोषणा केली आहे की द्रव्य हे नसतंच मुळी. द्रव्य नाहीसं झालं की सर्व विश्वात एक फक्त ऊर्जा राहते. म्हणजेच काल आणि अवकाश या दोन वेगवेगळ्या गोष्टी असूच शकत नाहीत. ते त्या एकमेव ऊर्जेचेच आविष्कार असले पाहिजेत.

गूढवादी सगळं काही एकात्म आहे, एवढंच व्यक्त करतात. भौतिकशास्त्रज्ञ तपशिलात शिरतात. द्रव्याला काल ही चौथी मिती असते, असं सांगणारा आईनस्टाईन

हा पहिला शास्त्रज्ञ, द्रव्याला तीन मिती असतात आणि चौथी अमूर्त असते आणि ती मिती म्हणजेच काल. पण ती द्रव्यापेक्षा भिन्न नसते.

म्हणून इथून इथे (from here to here) असा हा प्रवास आहे. आत्तापासून आत्ताकडे (from now to now) अशी ही यात्रा आहे. याचा अर्थ असा होतो की तुम्हांला गतिमान व्हायचं नाही, तर स्थिर राहायला शिकायचं आहे. गतिमान अवस्थेत तू आत्मशोध करू शकणार नाहीस. संपूर्ण नि:स्तब्ध आणि प्रशांत अवस्थेत तो तू आधीच केलेला आहेस आणि जेव्हा जेव्हा तुला तशी प्रचीती येईल तेव्हा तेव्हा तो नेहमीच 'इथं आणि आत्ता' असाच राहणार आहे.

तुला नकळत तुझे अश्रू या गूढ अनुभवाची– काल आणि अवकाश एक आहेत याची– तयारी करत आहेत. तू काहीच करत नाहीस. ते आपोआपच घडत आहे. जे जे म्हणून श्रेष्ठ असतं ते नेहमी घडत असतं आणि तुम्ही हेतूपुरस्सर जे करता ते तुमच्यापेक्षा मोठं कधीच होत नसतं.

तू जर सत्याचा, आत्म्याचा शोध घ्यायला निघाला असशील तर तू स्वत:पेक्षा मोठं काहीतरी शोधायला निघाला आहेस. ते तू उत्पादित करू शकत नाहीस. ते तू घडवू शकत नाहीस. त्यानं फक्त तुझ्यामध्ये यावं, तुला गुदमरवून टाकावं यासाठी तू फक्त तयार राहू शकतोस. अश्रू ही फार चांगली सुरुवात आहे आणि बेभान नृत्य हा याचा शेवट असेल.

जर्मनीनं फ्रान्सचा दुसऱ्यांदा ताबा घेतला त्या काळातील गोष्ट. एका शेतकऱ्याला पकडलेलं होतं. त्याच्या बायकोची सारखी पत्रं यायची आणि शेतकामाबद्दलच्या तक्रारी त्यात असायच्या. तिच्याकडं बियाणं भरपूर होतं, पण एकटीनं शेत नांगरणं शक्य नाही असं तिचं रडगाणं होतं.

त्यानं उत्तर लिहिलं, ''नांगरता येत नाही तुला तेच फार बरं आहे. नांगरलेल्या शेतात तर बंदुका पेरल्या आहेत.''

चार दिवसांनी दोन ट्रक भरून गेस्टॅपो आले. शेतावर धडाधड उतरले आणि सर्व भाग त्यांनी खणून काढला.

बायको भयंकर घाबरली. तिने पत्र लिहून नवऱ्याला सगळं कळवलं आणि विचारलं, मी काय करू?

एका लहानशा चिठ्ठीत त्यानं लिहून पाठवलं, ''पेरणी कर.''

अस्तित्वाला फक्त मुभा दे. तुला स्वत:ला कसलाच त्रास घ्यायला नको. अस्तित्वालाच वाटतं की तुला आत्मबोध व्हावा. तुला लागलेली आस वगैरेचा काही संबंध नाही. अस्तित्व स्वत:च तुझ्यातून ताऱ्यांपर्यंत जायला बघतंय. त्याला अडथळा आणू नकोस. दरवाजे उघडे ठेव. झुळूक येऊ दे. सूर्यप्रकाश येऊ दे. अस्तित्व तुझा उपयोग एक वाहन म्हणून करत आहे. करू दे त्याला.

बाकी सर्व लालसा या तुझ्या लालसा आहेत. धनाची आस, सत्तेची आस, प्रतिष्ठेची आस... या सगळ्या क्षुल्लक गोष्टी आहेत. अस्तित्वाला त्या कशाला हव्या असतील? या माणसाच्या क्षुद्र मनाचे हव्यास आहेत हे.

पण बुद्धत्व ही तुझी आस नाही. तो तुझ्या मनाचा भाग नाही. ती कुठूनतरी पलीकडून, गाढ अशा खोल उगमातून येत असते. अर्थात ती तुझ्यातूनच येते, पण ती तुझ्याकडून येत नाही. तिला येऊ दे. बुद्धत्वाच्या वाटेत उभा राहू नकोस. एवढं जरी केलंस तरी अगदी पुरेसं आहे. जो तू स्वप्नातही पाहिला नसशील अशा आनंदाचा वर्षाव व्हायला लागेल आणि मग तुझ्या अश्रूंचं रूपांतर नृत्यात होईल.

तुमच्या अश्रूंना नृत्यात परिवर्तन करणं हेच तर माझं काम आहे.

प्रश्न

माझ्या ॲरिस्टॉटेलिअन मनाला, मी ह्यानुसार उभ्या आयुष्यात,
कधीच एखाद्या गोष्टीसाठीसुद्धा प्रशिक्षित केलं नाही,
हे दुर्दैवच म्हणायचं का?

मुक्ता, पाश्चिमात्य मनांवर कोसळलेलं ॲरिस्टॉटल हे सर्वांत मोठं दुर्दैव आहे. मी त्याचं नवीन नामकरण केलंय. मानवी चेतनेच्या उत्क्रांतीमध्ये ॲरिस्टॉटलचं काही योगदान आहे असं मला वाटत नाही. म्हणूनच मी त्याचं नाव ठेवलंय 'ॲरिस्टॉटेलायटिस'. म्हणजे कसं रोगाचं नाव वाटतं.

आणि आपण ॲरिस्टॉटलच्या तर्कशास्त्रानुसार आपण मनाला प्रशिक्षित केलं नाही हे तुला दुर्दैव वाटतंय. उलट तू सुदैवी आहेस. एक ग्रीक असूनही तू ॲरिस्टॉटलायटिसच्या कचाट्यातून सुटलीस कशीतरी. अथेन्समध्ये त्याने आयुष्यभर हा रोग पसरविल्यानंतर त्याची पाळंमुळं इतकी पसरलेली आहेत की त्यातनं सुटणं कठीण.

संपूर्ण पाश्चात्त्य मन त्यानं घडविलेलं आहे. जर का तिसऱ्या महायुद्धात पाश्चिमात्यांनी सगळ्या विश्वाचा धुव्वा उडवला तर त्याचं सगळं श्रेय ॲरिस्टॉटलला जाईल. कारण दोन हजार वर्षांपूर्वी त्यानं पेरलेली बीजं आज आण्विक शस्त्रांच्या रूपानं फोफावलेली आहेत. सगळा विज्ञाननिष्ठ मार्ग ॲरिस्टॉटलच्या पद्धतीवर आधारलेला आहे.

ॲरिस्टॉटलने जीवनाचे दोन भाग केले. एक काळा आणि एक पांढरा. एखादी गोष्ट एक तर बरोबर असेल किंवा चूक असेल. मधली काही शक्यता असेल हे त्यानं मानलंच नाही. 'क्ष' हा क्ष आहे, तो 'य' असूच शकत नाही. हा ॲरिस्टॉटलचा

पाया आहे. एक तर तू माझा मित्र आहेस, नाही तर शत्रू आहेस. जे कोणी माझे मित्र नसतील ते माझे शत्रू आहेत.

ॲरिस्टॉटलची विचार करण्याची पद्धत पोरकट आहे. जीवन कधी इतकं साधं, इतकं ढोबळ, इतकं एकरंगी असत नाही. इंद्रधनुषी रंगाचा पट्टा असतो जीवन म्हणजे. सगळे रंग, त्याच्या विरुद्धचे सगळे रंग, आणि या रंगांची असंख्य प्रकारची मिश्रणं यांनी जीवन बनलेलं असतं. खरं म्हणजे ते इंद्रधनुष्यापेक्षाही विविधरंगी असतं. कारण इंद्रधनुष्यात काळा आणि पांढरा हे रंग नसतात.

ॲरिस्टॉटलच्या लेखी काळा आणि पांढरा हे दोनच रंग असावेत, ही एक विचित्र गोष्ट आहे. खरं तर काळा आणि पांढरा हे रंगच नाहीत. दुसऱ्या कोणत्याही रंगांचा अभाव म्हणजे काळा रंग आणि सर्व रंगांची उपस्थिती म्हणजे पांढरा रंग. सगळेच रंग असल्यामुळे विशिष्ट असा रंग दिसतच नाही.

रंगांबद्दल तू जरा आणखी समजून घेतलंस तर ॲरिस्टॉटल आणि त्याची भ्रामकता कळायला बरं पडेल. आपण पांढरा रंग पाहतो तेव्हा काय होतं? वस्तूवर पडलेले सारेच्या सारे किरण परावर्तित होतात. मागं काहीसुद्धा उरत नाही. यासाठी एक लहानसा प्रयोग करता येतो. सात रंगांची पाती असलेला एक पंखा बनवायचा आणि विजेच्या मदतीनं तो फिरवायचा. पंखा वेगात फिरायला लागला की सगळे रंग अदृश्य होतात आणि फक्त पांढरा रंग दिसतो.

छोट्या छोट्या गोष्टी असतात. पण आपण त्याबद्दल फारसा विचारच करीत नाही. पांढरा आणि काळा हे रंग प्रत्यक्ष अस्तित्वातच नाहीत आणि या दोन रंगांवर ॲरिस्टॉटलच्या तर्कशास्त्राचा डोलारा उभा आहे.

पूर्वेकडील माणसे या तर्कशास्त्राची कधीच बळी ठरली नाहीत. पूर्वेकडे एकही व्यक्ती अशी नाही की जिनं जीवनाचं विभाजन फक्त काळ्या आणि पांढऱ्या रंगात केलेलं आहे. गौतम बुद्धानं सुचविलेल्या तर्कशास्त्रानुसार, जीवनाची विभागणी चारांत केलेली आहे. म्हणजे पर्यायांची संख्या वाढली, निवडींची संख्या वाढली. एखादा माणूस तुमचा मित्र नाही, म्हणून तो लगेच तुमचा शत्रू होणार नाही.

महावीराचं तर्कशास्त्र हे बहुधा सगळ्या जगातलं सर्वोत्तम तर्कशास्त्र आहे. त्याने जगाची विभागणी सातांमध्ये केली. सात पर्याय. संपूर्ण इंद्रधनुष्य. अर्थात त्यामुळे त्याचं तर्कशास्त्र हे त्याच्यासारखंच गुंतागुंतीचं झालेलं आहे. तुम्ही महावीराला एखादा प्रश्न विचारला तर त्याचं उत्तर 'होय' किंवा 'नाही' असं मिळेल याची आशा नाही. ॲरिस्टॉटलकडे ते तसं मिळेल. कारण तिथं पर्याय दोनच आहेत.

महावीरानं एक विशिष्ट शब्द इतक्या अनन्यसाधारणपणे वापरलेला आहे. तो कधीच होय किंवा नाही हे शब्द वापरत नाही. कारण त्यामुळे जीवन दोनच पर्यायांत विभागलं जाण्याची भ्रामकता निर्माण होते. महावीर प्रत्येक प्रश्नाचं उत्तर देताना

'बहुतेक' असा शब्द वापरतो. म्हणजे तो इतर सगळे पर्याय खुले ठेवतो.

म्हणून तर महावीराला फारसे अनुयायी मिळाले नाहीत. इतका श्रेष्ठ गुरू, इतका मोठा तार्किक, पण त्याला अनुयायी मिळवता आले नाहीत. अगदी आजसुद्धा त्याचे अनुयायी तीस-पस्तीस लाखांहून जास्त नसतील. महावीराने पस्तीस जोडप्यांना दीक्षा दिली होती. त्यांची जी काही प्रजा आजतागायत वाढली असेल तेवढीच. भारतीयांच्या दृष्टीनं ते सर्वांत सोपं आहे.

पण महावीराला सर्वसामान्य मनाला आकर्षित करता आलं नाही. तो जे काही बोलायचा ते सामान्यांच्या डोक्यावरून जायचं. त्याला ईश्वराबद्दल विचारा, तो म्हणणार, 'कदाचित.' देव अस्तित्वात आहे की नाही असं विचारा, तो म्हणणार, 'कदाचित.' कदाचित काय? देव आहे असाही त्याचा अर्थ होत नाही आणि देव नाही असाही होत नाही. त्याचा अर्थ असा होतो की ते तुमच्यावरच अवलंबून आहे. तुम्ही कोणत्या दृष्टीनं पाहता त्यावर ते अवलंबून आहे.

एका दृष्टीनं देव आहे म्हणणं अर्थपूर्ण ठरतं, तर दुसऱ्या दृष्टीनं देव नाही म्हणणं अर्थपूर्ण ठरतं आणि तिसरी एक शक्यता अशी असते की देव आहे आणि देव नाही हे एकाच वेळी सत्य असतं.

यात एक चौथी शक्यतासुद्धा आहे. मौन राहण्याची. उत्तरच द्यायचं नाही. कारण प्रश्न हा उत्तरापलीकडचा आहे. आणि हे असंच याप्रकारे चालू राहणार. ईश्वराच्या सात गुणांबद्दल त्याचं प्रवचन ऐकून तुम्ही घरी जाल तेव्हा तुमचं मन अधिकच गोंधळलेलं असण्याची शाश्वती. कोण मागं जाणार अशा माणसाच्या?

परंतु तोच सर्वश्रेष्ठ तार्किक होता. पंचवीस शतकांआधी तो सापेक्षतावादाच्या सिद्धांताबद्दल बोलला. पाश्चिमात्यांना ते समजायला पंचवीस शतकं जावं लागली.

म्हणून मुक्ता, तू हे दुर्दैव समजू नकोस. वरदान समज.

मी एका मोठ्या तत्त्वज्ञानी माणसाबद्दल ऐकलंय. महावीराच्या या 'कदाचित'च्या सिद्धांताला आव्हान द्यायला हा तत्त्वज्ञ गेला होता. तो म्हणाला, 'तुम्ही मला एक ठोस उदाहरण द्या.' महावीर म्हणाला, 'संपूर्ण जीवन हेच खरं तर याचं उदाहरण आहे. पण तुझ्या समाधानासाठी म्हणून एक उदाहरण ऐक. कल्पना कर, की, तू कोर्टात जाणार आहेस आणि न्यायाधीशानं तुला प्रश्न विचारला, 'आपल्या बायकोला मारणं तू सोडलंस की नाही?' आता जर तू 'हो' म्हणालास तर त्याचा अर्थ असा होईल की तू बायकोला मारत होतास. आणि जर तू नाही म्हणालास तर तू बायकोला मारत असतोस असा त्याचा अर्थ होईल. पण 'मी कधीच बायकोला मारलेलं नाही' हे सांगण्याची मुभाच यात मिळत नाही.

साध्या 'होय' आणि 'नाही' या भाषेत आयुष्यातील उत्तरं कधीच देता येत नाहीत. आता पश्चिमेकडचे शास्त्रज्ञसुद्धा ॲरिस्टॉटलपासून मुक्त होत आहेत.

विशेषत: भौतिकशास्त्रज्ञ. अल्बर्ट आईन्स्टाईननं ॲरिस्टॉटलचा आणि त्याच्या तर्कशास्त्राचा त्याग केल्यावर हे घडत आहे. त्यांना महावीराबद्दल काहीएक माहीत नाही आणि तरीही ते महावीराच्या जवळ येत आहेत. कारण ते ऊर्जेच्या क्षेत्रात घुसलेले आहेत. त्यांना कळून चुकलंय की जीवन फार फार गुंतागुंतीचं आहे, होही म्हणता येत नाही, नाहीही म्हणता येत नाही. एक वेगळा, तिसरा पर्याय शोधायलाच लागतो.

एका तार्किकानं एक नवा शब्द शोधून काढलाय आणि सध्या त्याची फार हवा आहे. तो शब्द आहे 'पो.' जेव्हा होयही म्हणता येत नसेल आणि नाहीही म्हणता येत असेल तेव्हा 'पो' म्हणायचं. पण त्याचा अर्थ 'कदाचित' असाच झाला. दुसरा काही असूच शकत नाही.

ॲरिस्टॉटलच्या तर्कशास्त्राबरोबरच युक्लिडची भूमितीसुद्धा आता कोसळत आहे. तिची विश्वासार्हता अडचणीत आहे. आपल्या शाळा-कॉलेजातून युक्लीडची भूमिती आजही शिकविली जाते. पण श्रेष्ठ शास्त्रज्ञांच्या दृष्टीनं तिच्यात दम नाही. कारण युक्लीडची भूमिती ॲरिस्टॉटलच्या तर्कशास्त्रावर आधारलेली आहे. आता तिचा पायाच डळमळीत ठरल्यावर काय होणार? युक्लीडच्या भूमितीबद्दल हजारो प्रश्न विचारले जात आहेत.

उदाहरणार्थ, युक्लिड म्हणतो की दोन बिंदूंमधलं कमीतकमी अंतर म्हणजे सरळ रेषा. आधुनिक भौतिकशास्त्र सांगतं की तुम्ही सरळ रेषा काढूच शकत नाही. कारण तुम्ही पृथ्वीच्या गोलावर बसलेले आहात. जरी ती तुम्हांला सरळरेषा दिसत असली तरी ती दोन्ही बाजूंना वाढवत नेली तर काय होईल? तुम्ही पुन्हा त्याच ठिकाणी परत याल आणि म्हणाल, 'देवा रे, हे तर वर्तुळ झालं.'

आणि जर का ते वर्तुळ होत असेल तर ज्याला तुम्ही सरळ रेषा समजत होता तो या विशाल वर्तुळाचा एक भाग होता आणि वर्तुळाचा कंस कधीच सरळ रेषा असत नाही. अगदी लहान असल्यामुळे तो कंस आहे हे आपल्या लक्षात आलं नाही.

युक्लिडच्या सगळ्या व्याख्या अशा भुईसपाट होत आहेत.

मुक्ता, तू ग्रीसमध्ये जन्माला येऊनही ॲरिस्टॉटलच्या साथीत सापडली नाहीस हे खरोखर तुझं सद्भाग्य आहे. दुर्दैव वगैरे काही नाही.

डिकला खेडेगावात पोस्टमनची नोकरी देण्यासाठी त्याची मुलाखत चालू होती. त्याला विचारलं, 'सूर्य पृथ्वीपासून किती अंतरावर आहे?'

डिकनं क्षणभर विचार केला आणि सांगितलं, 'तुम्ही मला तो रूट देणार असाल ना तर मी आत्ताच राजीनामा देतो.'

मुक्ता, तू ॲरिस्टॉटेलीन होण्याचा राजीनामा दिलास हे उत्तम झालं. कारण तो

चंद्रापासून सूर्याकडे असा मार्ग आहे. खरं म्हणजे इतकी वर्षं तू मला ऐकते आहेस. हा प्रश्न वास्तविक तुला पडायलाच नको होता. मी नेहमीच ॲरिस्टॉटलच्या विरोधात आहे. कारण तो गूढवादी नाही की कवी नाही की सर्जनशील कलावंत नाही. संगीतकार नाही की नर्तक नाही. तो शास्त्रज्ञसुद्धा नाही.

त्याला दोन बायका होत्या. त्यानं आपल्या तर्कशास्त्राच्या पुस्तकात लिहून ठेवलंय की बायकांना पुरुषांपेक्षा कमी दात असतात. दोन दोन बायका होत्या. कुणा एकीला म्हणू नसता शकला की 'बाई ग, तुझं तोंड उघड आणि मला तुझे दात मोजू दे.' साधा प्रयोग होता तो. पण त्यानं तो केला नाही. अंधश्रद्धेचा उल्लेख त्याने सरळसरळ वस्तुस्थिती म्हणून केला. ग्रीसमध्ये आजही ही अंधश्रद्धा प्रचलित आहे. स्त्रियांना दुय्यम लेखण्याच्या पुरुषप्रधानतेचीच ही आणखी एक पावती. स्त्रिया पुरुषांपेक्षा सर्व बाबतीत कमी आहेत म्हणजे त्यांना दातही पुरुषांपेक्षा कमी आहेत.

खरं म्हणजे मी जगातला पहिला माणूस असेन मानवजातीच्या इतिहासात की ज्यानं स्त्रीचे दात मोजले. कारण आमचे तर्कशास्त्राचे प्राध्यापक म्हणाले, "ॲरिस्टॉटल म्हणजे काय असा तसा माणूस होता? ते म्हणतो ते सत्यच असणार."

मी म्हटलं, "तो किती मोठा तर्कशास्त्रज्ञ आहे याच्याशी माझा काही संबंध नाही." मी मुलींच्या बाजूला वळून विचारलं, "एखादी कुणी मुलगी समोर येण्याचं धाडस करील काय? मला तिचे दात मोजायचे आहेत."

मुली आपापसात कुजबुजू लागल्या. मी म्हटलं, "बघा, हा प्रश्न फक्त तर्कशास्त्रापुरता मर्यादित नाही. स्त्री-पुरुष समानतेचा हा प्रश्न आहे. कुणीतरी आलंच पाहिजे. नाहीतर वर्गाबाहेर गेल्यावर मी चार माणसं आणून बळजबरीनं कुणाचं तरी तोंड उघडीन आणि दात मोजीन. कारण सत्य काय आहे याचा प्रत्यक्ष अनुभव घेतल्याशिवाय मी उगीचच हे विधान स्वीकारणार नाही."

एक मुलगी लाजत मुरकत उभी राहिली. प्राध्यापक म्हणाले, "काय चाललाय हा भंपकपणा?"

मी म्हटलं, "हा भंपकपणा बिलकूल नाही. तुम्ही गप बसा. तुम्हांला पुरावाच पाहिजे असेल तर नंतर तुमचेही दात मोजीन. नाहीतर गप्प रहा."

आणि मी तिचे दात मोजले. ते पुरुषांइतकेच होते. काहीही फरक नव्हता.

प्राध्यापक महाशय संतापाने लटपटत होते. आपण राजीनामा देऊ अशी त्यांनी धमकी दिली. मी म्हटलं, "तुम्ही वाटलं तर राजीनामा देऊ शकता. पण याचा अर्थ मी काहीही मूर्खपणा स्वीकारीन असा नाही. मूर्खपणा प्राचीन असला किंवा फार मोठ्या व्यक्तीच्या नावावर असला, म्हणून काय झालं? मूर्खपणा तो मूर्खपणाच."

प्रश्न

संघर्ष करायचा करायचा आणि शेवटी एका अशा क्षणाशी यायचं की सगळंच वेड्यासारखं वाटायला लागतं आणि स्वत:लाच भरपूर हसून घेण्यापलीकडं काहीच उरलेलं नसतं. असं माझ्या आयुष्यात बऱ्याच वेळा घडलंय आणि जेव्हा जेव्हा असं घडतं तेव्हा तो तो मुद्दा तिथं संपून जातो आणि मला सुटका झाल्याचा आनंद होतो.

अनेकदा मला वाटतं, मला जर बुद्धत्व प्राप्त व्हायचं असेल तर मी शेवटच्या क्षणापर्यंत वाट बघीन, भरपूर हसून घेईन आणि माझं डोकं दगडावर ठेवीन. खेळ खलास!

वेड्या विवेकशून्यांचे गुरू असणाऱ्या प्रिय गुरुदेवा, याच पद्धतीनं हे होईल का? आणि होणार असेल तर मला काही जवळचे रस्ते दाखवाल का.... अनावश्यक गांभीर्यानं भरलेल्या या रस्त्यांपेक्षा वेगळा आणि जवळचा रस्ता दाखवाल मला?

राफीया, तुझं बरोबर आहे. तथाकथित धर्मांनी आणि संतमहात्म्यांनी जीवनाच्या कलेसंबंधी असा काही निरर्थक गोंधळ घालून ठेवलेला आहे, तो गंभीरपणानं घ्यायची काहीच आवश्यकता नाही. गंभीरपणा हा एक आजार आहे आणि तुम्ही मनोरुग्ण व्हावं असं कोणत्याही खऱ्या धर्माला वाटणार नाही. शारीरिक आणि मानसिकदृष्ट्या तुम्ही ठणठणीत असावं असंच खऱ्या धर्माला आवडेल.

आरोग्याची एक व्याख्या लक्षात ठेव. जेव्हा आपल्याला शरीर आहे हेच तुम्हांला कळत नाही, तेव्हा ते शरीर निरोगी, आरोग्यसंपन्न असतं. जेव्हा तुमचं डोकं दुखायला लागतं तेव्हाच तुम्हांला डोकं असल्याची जाणीव होते. पाय दुखायला लागले की, तुम्हांला पाय असतात. तेव्हाच त्यांची उपस्थिती जाणवते. ज्याच्या अस्तित्वाची काडीमात्र चाहूल लागत नाही ते शरीर आरोग्यसंपन्न, अशी माझी व्याख्या आहे.

हीच गोष्ट मनाच्या बाबतीतही खरी आहे. वेडं मनच 'मन आहे' म्हणून जाणवतं. मन जेव्हा शहाणं असेल, शांत असेल तेव्हा ते असल्याचं कळतच नाही. शरीर आणि मन असं पूर्ण शांत हलकं झाल्यावरच आत्म्याचा अनुभव सहजपणे घेता येतो. मनाचा हा हलकेपणा हसण्यातून येतो. गंभीरपणातून नाही. गंभीर होण्याची गरजच नाही.

विशेषत: इथं माझ्याबरोबर असताना हसणं हा मार्ग आहे आणि गंभीरपणा ही

मार्गामधली धोंड आहे. आता काही वेळा अशा येतात की मनुष्य गंभीर होतो. पण तेव्हाही त्यानं सावधपणा दाखवला तर तशा वेळीही तो हसू शकतो.

हसणं हे विलक्षण रसायन आहे. ते तुमच्यात प्रचंड परिवर्तन घडवून आणतं.

जोला एकदा कुत्र चावलं. जखम लवकर बरी होईना तसा तो डॉक्टरकडे गेला. डॉक्टरने आधी त्या कुत्र्याला आणायला सांगितलं आणि त्याचीसुद्धा तपासणी केली. कुत्र्याला रेबीज झाल्याचं त्यानं निदान केलं. ''आता खूप उशीर झालाय. तुम्हांला औषध देऊन काही उपयोग नाही'' त्याने जोला सांगितले.

जो डॉक्टरांच्या समोर बसला होता. त्यानं तिथला एक कागद ओढला आणि भराभर काहीतरी लिहू लागला–

''इतकीही परिस्थिती वाईट आहे असं नाही की तुम्ही तुमचं मृत्युपत्र लिहायला बसलात.''

जोनं काय उत्तर द्यावं.

''छट्, मी मृत्युपत्र नाही लिहीत. मी फक्त कोणकोणत्या व्यक्तींना चावता येईल याची यादी बनवतोय.''

आता काहीच करता येणार नसेल आणि मी कुत्र्यासारखा पिसाळणार असेन तर या संधीचा फायदा का घेऊ नये? अशी मोलाची संधी.....

राफिया, माझ्या शिकवणींना गंभीरपणाचे वावडे आहे. आयुष्याचा उपभोग घ्या. सभोवताली पसरलेल्या हास्यास्पद गोष्टींना बघून मनमुराद हसा. ईश्वराच्या मंदिराकडे जाताना रस्ताभर हसत रहा. जे पोटभर हसलेले आहेत तेच पोहोचलेले आहेत आणि गंभीर माणसं मात्र आपले लांब चेहरे घेऊन अजून वणवणतच आहेत.

अशा गंभीर चेहऱ्यात ईश्वरालासुद्धा कसा रस असेल? विचार करा. शतकानुशतकं हे सगळे गंभीर संतमहात्मे स्वर्गात जात आहेत. खदखदून हसणं तर सोडा, पण साधं स्मितहास्यदेखील कुणी करत नाही, कुणी चुटके सांगत नाही, की गंमत करत नाही. अशा सगळ्यांच्या कंटाळवाण्या संगतीत ईश्वरानं आत्महत्या नसेल केली? धर्मशास्त्रापुढं नेहमी एक प्रश्न पडतो की माणसाची निर्मिती केल्यावर देवानं दुसऱ्या कशाचंही सृजन का केलं नाही? ख्रिश्चन धर्मशास्त्रात या प्रश्नाचा काथ्याकूट करण्यासाठी ग्रंथच्या ग्रंथ लिहिलेले आहेत.

या प्रश्नाला माझ्याजवळ उत्तर आहे. अगदी साधं उत्तर. मनुष्याला निर्माण केल्यानंतर ईश्वराला आपली चूक समजली. त्याआधी सारं कसं अगदी सुरळीत चाललेलं होतं. पण मनुष्याच्या आगमनानं सगळा बट्ट्याबोळ झाला. तक्रारी, भांडणं, युद्धं.....वैतागलेल्या ईश्वराला आपण कशाला या नसत्या उद्योगात पडलो असंच वाटलं असणार. आपण माणूस बनवलाच नसता तर अस्तित्व पूर्वीच्याच सुखसमाधानानं शांतपणे नांदलं असतं. पण आता गोष्टी त्याच्या हातात राहिल्या नव्हत्या.

आणि नंतर ईश्वराचा पत्ताच नाही कुठे. काही वर्षं....काही शतकं. ....जगला असेल तो कसाबसा. पण धुळीनं माखलेले लांबट चेहरे घेऊन गंभीर संतसज्जनांच्या स्वर्गातल्या आगमनानंतर काही ईश्वराची धडगत नव्हती. आपली ही प्रजा पाहून शरमेपोटी त्यानं नक्कीच आत्महत्या केली असणार.

राफिया, तुला गंभीर संत बनण्याची मुळीच गरज नाही. तू एक हसरी चित्रकार हो, हसतमुख संगीतकार हो, हसरी नर्तिका हो, काहीही हो. पण हसत राहायला विसरू नकोस. हसणं हा सर्वांत आवश्यक असा मानवी गुण आहे आणि तोच मानवाला दैवी पातळीवर नेतो.

❀

ओशो – एक परिचय

आपल्यासारख्या भेदाभेद करणाऱ्या माणसांसाठी 'अर्थपूर्ण जाणीव' किंवा 'समजूत' म्हणू या हवं तर, पण तो अर्थबोध करून देण्याचं ओशोंचं मोठं योगदान आहे. ओशोंमध्ये एक गूढवादी तसंच एक वैज्ञानिकही आहे. त्यामुळे एक क्रांतिकारी म्हणता येईल, असं चैतन्य त्यांच्या अस्तित्वात आहे. म्हणूनच जीवनाचा नवीन मार्ग शोधण्याच्या निव्वळ गरजेसाठी 'सजग माणूसकी'ची गरज आहे, हे त्यांनी वारंवार जाणवून दिलंय. तीच त्यांची तीव्र इच्छा आहे.

या सुंदर आणि अलौकिक अशा पृथ्वीतलावर आपण आपल्या रोजच्या जगण्यात गतकाळानुसार सतत भीतीच्या छायेखाली वावरत असतोच.

प्रत्येकानं स्वत: बदलत राहणं, मग आपण सर्वांनी बदलत राहणं हा त्यांचा प्रमुख मुद्दा आहे. 'आपण सर्वांनी' म्हणजेच आपला समाज, आपली संस्कृती, आपल्या श्रद्धा एकूणच आपलं सर्व जग हे बदलणं आलं. त्या सर्व बदलाचं प्रवेशद्वार म्हणजे – ध्यान! मेडिटेशन!

आधुनिक जीवनपद्धतीतली अस्वस्थता जेव्हा हळूहळू शांत होत जाईल, तेव्हा प्रत्यक्ष कृती आपोआपच शांततेनं फक्त ऐकून घेण्याच्या मन:स्थितीत विरघळून जाईल. खऱ्याखुऱ्या 'मेडिटेशन'च्या आरंभाची ही एक गुरुकिल्लीच असणार आहे. या दुसऱ्या पायरीसाठी आधार म्हणून ओशोंनी नीट ऐकून घेण्याच्या प्राचीन कौशल्याचं सूक्ष्म पद्धतशीर भाषणांमध्ये रूपांतर केलं आहे. इथं 'शब्द' म्हणजे संगीत बनतं. ऐकणारा जे काही ऐकतो, त्यातून

जागरूकतेची अनुभूती घेतो. या सगळ्या नाजूक घडामोडींमध्ये शांतता जसजशी वाढू लागते, तसतसं पटकन मनापर्यंत पोहोचेल अशा गोष्टी ऐकण्याची गरज असते. ती गरज एखाद्या जादूप्रमाणे पूर्ण होते. नेहमीप्रमाणे मनाचे इतर अडथळे दूर होतात आणि सुंदर जादूमय घडामोडी घडू लागतात.'

लंडनच्या 'संडे टाइम्स'नं विसाव्या शतकातल्या जग बदलून टाकणाऱ्या एक हजार व्यक्तींमध्ये त्यांची गणना केलेली आहे. टॉम रॉबिन्स या अमेरिकन लेखकानं तर त्यांना 'जिझस ख्राईस्ट' नंतरचं सर्वांत 'खतरनाक' व्यक्तिमत्त्व असं बिरुद त्यांना बहाल केलंय. भारताचं भाग्य बदलवणाऱ्या गांधी, नेहरू आणि बुद्ध यांच्या बरोबरीनं भारतातील 'संडे-मिडडे'नं त्यांचा गौरव केला आहे.

आपल्या कार्याविषयी ते म्हणतात,'नवीन आधुनिक मनुष्याच्या जन्मासाठी मी 'भूमी' तयार करतो आहे.' या नवीन मनुष्याला ते 'झोरबा द बुद्ध' म्हणतात. झोरबा अशा की, ज्यामध्ये पृथ्वीवरची सर्व सुखं उपभोगण्याची क्षमता असेल, तसंच बुद्धांची शांत, सौम्य अशी प्रवृत्ती असेल. ओशोंच्या सर्वांगीण विचारांमध्ये जीवन-दर्शनाचा एक झुळझुळता प्रवाह आहे. त्यामध्ये पूर्वेकडची कालातीत असलेली प्रज्ञा आणि पश्चिमेकडचं विज्ञान, तसंच तंत्रज्ञानाच्या सर्वोच्च शक्यतांचा समावेश आहे.

आंतरिक परिवर्तनाच्या शास्त्रात 'ओशो' म्हणजे क्रांतिकारी उपदेशासाठी उत्तम पर्याय आहेत. तसंच ध्यानाच्या विविध पद्धतीचे प्रसारक आहेत. आत्ताच्या आधुनिक वेगवान जीवनशैलीला अनुसरून या पद्धती त्यांनी निर्माण केल्या आहेत.

सक्रिय ध्यानपद्धती अशापद्धतीनं तयार केलीय की, त्यामध्ये शरीर आणि मन या दोन्हीमध्ये एकत्रितपणे ताणतणावांचा निचरा होऊ शकेल आणि रोजच्या जीवनात सहज स्थिर मनोवृत्ती प्राप्त होऊ शकेल आणि गाढ शांतीचा अनुभव येईल.

ओशो हे कोणत्याच अवकाशात मावणारे नाहीत. माणसाच्या व्यक्तिगत शोधापासून ते समाजातल्या सर्व सामाजिक तसंच राजकीय प्रश्नांवर प्रकाश टाकणारी अशी त्यांची प्रवचनं आहेत. ओशोंनी स्वत:ही पुस्तकं लिहिलेली नाहीत. जागतिक स्तरावर सर्व श्रोत्यांसमोर दिलेल्या प्रवचनांच्या ऑडिओ व्हिडीओच्या वार्तांकनांचं संकलन म्हणजे त्यांची पुस्तकं आहेत. ते म्हणतात "मी जे काही सांगतो ते केवळ तुमच्यासाठीच नसून भविष्यातल्या पिढींसाठी सांगत असतो.

ओशोंची दोन आत्मकथात्मक पुस्तकं याप्रमाणे.

१) 'ऑटोबायोग्राफी ऑफ ए स्पिरिच्युअली इनकरेक्ट मिस्टीक', सेंट मार्टिस प्रेस, यूएसए.

२) 'ग्लिम्प्सेस ऑफ ए गोल्डन चाइल्डहूड', ओशो मीडिया इंटरनॅशनल, पुणे, भारत.

♦

ओशो इंटरनॅशनल मेडिटेशन रिझॉर्ट

शंभरपेक्षाही जास्त अशा निरनिराळ्या देशांमधून हजारो पर्यटक दरवर्षी या रिसॉर्टला भेट देतात. इथला अनुपम असा परिसर उत्साहानं परिपूर्ण, शांत-निवांत असा असून काहीतरी सर्जनात्मक असं नवीन जीवन जगण्याविषयी प्रेरणा देणारा आहे. संपूर्ण वर्षभर चोवीस तास चालणारे निरनिराळे उपक्रम इथे आहेत. अर्थात काहीही न करता नुसतं शांत बसणं, हाही त्यातलाच एक भाग!

इथल्या सर्व कार्यक्रमांच्या रचनेत ओशोंच्या 'झोरबा द बुद्ध'ची आंतरदृष्टी समाविष्ट आहे. यामध्ये एका नवीन मनुष्याचा नवीन ढंग आहे. जो माणूस रोजचं दैनंदिन जीवन सर्जनात्मक पद्धतीनं जगूनसुद्धा मौन तसंच ध्यानामध्ये मग्न होण्याची क्षमता राखतो.

ठिकाण : मुंबईपासून शंभर मैलावर दक्षिणपूर्वेला असलेल्या संपन्न अशा आधुनिक पुणे शहरात सुट्टी घालवण्याचं एक सुरेख असं स्थान म्हणजे, 'ओशो इंटरनॅशनल मेडिटेशन रिसॉर्ट!'' घनदाट झाडीमध्ये लपलेलं हे रिसॉर्ट सर्वांपेक्षा वेगळं असून अठ्ठावीस एकराच्या बगिचामध्ये पसरलेलं आहे.

इथली कार्यक्रमपद्धती :

ध्यान : दिवसभर चालणाऱ्या ध्यान कार्यक्रमांमध्ये सक्रिय तसंच निष्क्रिय, परंपरागत तसंच क्रांतिकारक, खासकरून 'ओशो डायनॅमिक मेडिटेशन'पद्धतीनुसार, प्रत्येक व्यक्तीनुसार अनेक ध्यानपद्धती उपलब्ध आहेत. या सर्व ध्यानपद्धती जगातल्या सर्वांत भव्य अशा 'ओशो ऑडिटोरियम' ध्यान सभामंडपात पार पाडल्या जातात.

विविधता : इथल्या विविध व्यक्तिगत सेशन्समध्ये, शिबिरात सर्जनशील अशा कलांपासून ते संपूर्ण स्वास्थ्यापर्यंत, तसंच व्यक्तिगत परिवर्तन, व्यक्तिगत संबंध, जीवनातील अग्रक्रम, कार्यध्यान, गुह्यविज्ञान, खेळ, मनोरंजन या सर्व गोष्टीत अगदी 'झेन पद्धती'चा सुद्धा समावेश आहे. इथल्या (मल्टिव्हर्सिटी) विविध गोष्टींच्या यशाचं रहस्य म्हणजे इथले सर्वप्रकार पूर्णपणे ध्यानाशी जोडलेले आहेत. त्यामुळे इथल्या

माणसांमध्ये हा विचार घट्टपणे रुजवला जातो की, 'मनुष्य म्हणजे फक्त शरीराशी निगडीत नसून त्यापलीकडेही खूप आहे.'

बाशो स्पा : हिरव्यागार झाडांच्या सान्निध्यात, मोकळ्या हवेत असलेला भव्य असा, पाण्यात मनसोक्त तरंगण्याचा आनंद देणारा जलतरण तलाव म्हणजे मोठं आकर्षण आहे. वैशिष्ट्यपूर्ण तयार केलेली मोठी झकूझी, सौना, जीम, टेनिसकोर्ट या सर्वांचा समावेश इथे केलेला आहे.

भोजन : निरनिराळ्या पद्धतींनी बनवलं जाणारं इथलं स्वादिष्ट भोजन पूर्णपणे शाकाहारी असून ते पाश्चात्त्य तसंच आशियाई ढंगामध्ये उपलब्ध आहे. मेडिटेशन रिसॉर्टसाठी विशेषत्वानं लागवड केलेल्या सेंद्रिय भाज्याच इथं वापरल्या जातात. ब्रेड आणि केक रिसॉर्टच्या स्वत:च्याच बेकरीत बनवले जातात.

संध्याकाळचे कार्यक्रम : या कार्यक्रमांची यादी तर खूप मोठी आहे. पण सर्वांत पहिल्या स्थानावर आहे नृत्य! इतर कार्यक्रमात चांदण्यारात्रीतलं ध्यान, विविध मनोरंजक कार्यक्रम, संगीताचे कार्यक्रम तसंच रोजच्या जीवनासाठी ध्यान हे सम्मिलित आहे.

याव्यतिरीक्त प्लाझा कॅफेमध्ये मित्र-परिवारा बरोबर गाठीभेटी तसंच रात्रीच्या शांतवेळी या परिकथेसारख्या वाटणाऱ्या वातावरणात भटकण्याचा आनंदही घेऊ शकतो.

सोयी : रोजच्या उपयोगाच्या वस्तू आपण रिसॉर्टच्या दुकानांमधून खरेदी करू शकता. मल्टिमीडिया सभागृहात ओशोंची सर्व 'मीडिया' सामुग्री मिळू शकते. बँक ट्रॅव्हल एजन्सी तसंच सायबरकॅफेची सोयही इथे आहे. खरेदीची आवड असणाऱ्यांना पुण्यामध्ये भरपूर गोष्टी उपलब्ध आहेत. अगदी पारंपरिक भारतीय वस्तुंपासून ते आंतरराष्ट्रीय बँडपर्यंतची सर्व दुकाने आहेत.

राहाण्यासाठी : ओशो गेस्टहाउसमध्ये एखादी छानशी खोली मिळू शकते. खूप दिवस राहायचं असेल, तर 'लिव्हिंग-इन'चं पॅकेज घेऊ शकता. याव्यतिरिक्त आसपास बरीच चांगली हॉटेल्स आणि सर्व्हिस्ड अपार्टमेंट सुद्धा आहेत.

www.OSHO.com/meditationresort
www.OSHO.com/guesthouse
www.OSHO.com/livingin

अधिक माहितीसाठी

सध्या सोशल नेटवर्किंगद्वारा संपूर्ण माहिती मिळू शकते. हे माध्यम फक्त तरुण वर्गच वापरतो असं नाही. काळ बदलतोय तसंच आम्हीही बदलतोय.

* विविध वेबसाइट – www.OSHO.com

* हिंदीसाठी – www.OSHO.com/hindi

* ओशो लायब्ररीमध्ये आपल्या आवडत्या विषयांसाठी
  www.OSHO.com/library
  www.OSHO.com/library-hindi

* संपूर्ण ओशो ध्यानपद्धती आणि संबंधित संगीतासाठी
  www.OSHO.com/Meditation

* ओशोंचं संपूर्ण हिंदी-इंग्रजी साहित्य आणि इ-बुक्ससाठी
  www.OSHO.com/shop
  www.OSHO.com/shop-hindi
  www.OSHO.com/ebooks

* ऑडिओ प्रवचनांसाठी MP3 व इतर
  www.OSHO.com/hindiAudiobooks

* रिसॉर्टला येण्यासाठी माहितीखातर
  www.OSHO.com/MeditationResort

* ओशो इंटरनॅशनल न्यूजलेटरच्या मोफत सदस्यत्वासाठी
  www.OSHO.com/newsletters
  www.OSHO.com/hindinewsletters

* ओशो टॅराकार्ड ऑनलाइन वाचनासाठी
  www.OSHO.com/tarot

* ओशो हिंदी रेडिओसाठी पाहा.
  www.OSHOtalks.info
  radiohindi.OSHO.com

* इथल्या कार्यक्रमांसाठी, उत्सवांसाठी माहिती घेण्यासाठी

www.facebook.com/OSHO.International

* विविध उपक्रम, कार्यक्रमांसाठी माहिती
www.facebook.com/OSHO.International.Meditation.Resort

* ओशो व्हिडीओ चॅनल, कुठेही केव्हाही
www.youtube.com/OSHO.International

* दिवसाची सुरुवात ओशोंच्या संदेशानं
www.twitter.com/OSHOtimes

* या साइट्सवर रजिस्ट्रेशन तसंच ब्राउज करण्यासाठी थोडा वेळ काढा. ओशोंबद्दल भरपूर माहिती मिळेल.

* या व्यतिरिक्त आणखीनही निरनिराळ्या रोचक पद्धतीनं आपण शोधू शकता ज्यायोगे 'ओशोंना जगभरात' प्राप्त करता येईल.

■

ओशो का हिंदी साहित्य

उपनिषद
सर्वसार उपनिषद
कैवल्य उपनिषद
अध्यात्म उपनिषद
कठोपनिषद
ईशावास्य उपनिषद
निर्वाण उपनिषद
आत्म-पूजा उपनिषद
केनोपनिषद

महावीर
महावीर-वाणी (दो भागों में)
जिन-सूत्र (दो भागों में)
महावीर या महाविनाश
महावीर : मेरी दृष्टि में
ज्यों की त्यों धरि दीन्हीं चदरिया

कृष्ण
गीता-दर्शन
(आठ भागों में अठारह अध्याय)
कृष्ण-स्मृति

बुद्ध
एस धम्मो सनंतनो (बारह भागों में)

अष्टावक्र
अष्टावक्र महागीता (नौ भागों में)

लाओत्से
ताओ उपनिषद (छह भागों में)

च्वांगत्सु
संसार और मार्ग
सत्य असत्य

मीरा
मैंने राम रतन धन पायो
झुक आई बदरिया सावन की

जगजीवन
नाम सुमिर मन बावरे
अरी, मैं तो नाम के रंग छकी

कबीर
सुनो भई साधो
कस्तूरी कुंडल बसै
कहै कबीर दीवाना
मेरा मुझमे कुछ नही
गुंगे केरी सरकारा
क़है कबीर मैं पूरा पाया
होनी होय सो होय

शांडिल्य
अथातो भक्ति जिज्ञासा (दो भागों में)

दादू
सबै सयाने एक मत
पिव पिव लागी प्यास

पलटू
अजह्यचेत गंवार
सपना यह संसार
काहे होत अधीर

दरिया
कानों सुनी सो झूठ सब
अमी झरत बिगसत कंवल

सुंदरदास
हरि बोलौ हरि बोल
ज्योति से ज्योति जले

धरमदास
जस पनिहार धरे सिर गागर
का सोवै दिन रैन

मलूकदास
कन थोरे कांकर घने
रामदुवारे जो मरे

बाउल संत
प्रेम योग
आनंद योग

अन्य रहस्यदर्शी
भक्ति-सूत्र (नारद)
शिव-सूत्र (शिव)
भजगोविन्दम् मूढ़मते (आदिशंकराचार्य)
एक ओंकार सतनाम (नानक)
जगत तरैया भोर की (दयाबाई)
बिन घन परत फुहार (सहजोबाई)
नहीं सांझ नहीं भोर (चरणदास)
संतो, मगन भया मन मेरा (रज्जब)
कहै वाजिद पुकार (वाजिद)
मरौ हे जोगी मरौ (गोरख)
सहज-योग (सरहपा-तिलोपा)
बिरहिनी मंदिर दियना बार (यारी)

प्रेम-रंग-रस ओढ़ चदरिया (दूलन)
दरिया कहै सब्द निरबाना (दरियादास बिहारवाले)
हंसा तो मोती चुगैं (लाल)
गुरु-परताप साध की संगति (भीखा)
मन ही पूजा मन ही धूप (रैदास)
झरत दसहुं दिस मोती (गुलाल)
अकथ कहानी प्रेम की (फरीद)

झेन, सूफी और उपनिषद की कहानियां
बिन बाती बिन तेल
सहज समाधि भली
दीया तले अंधेरा
मनुष्य होने की कला
सदगुरु समर्पण
उस पथ के पथिक
अंतर्यात्रा के पथ पर

विचार-पत्र
क्रांति-बीज
पथ के प्रदीप

पत्र-संकलन
अंतर्वीणा
प्रेम की झील में अनुग्रह के फूल
ढाई आखर प्रेम का
पद घुंघरू बांध
प्रेम के फूल
प्रेम के स्वर
पाथेय

बोध-कथा
मिट्टी के दीये

ध्यान, साधना

ध्यान विज्ञान

ध्यानयोग : प्रथम और अंतिम मुक्ति

मैं कौन हूं

चित चकमक लागे नाहिं

समाधिके द्वार पर

तृषा गई एक बूंद से

तृषा गई एक बूंद से

जीवन सत्यकी खोज

माटी कहै कुम्हार सूं

माटी कहै कुम्हार सूं

जीवन रस गंगा

अमृत की दिशा

अमृत की दिशा

समाधि के तीन चरण

साधना-शिविर

साधना-पथ

साधना-पथ

अंतर्यात्रा

प्रभूकी पगडंडियां

साक्षी की साधना

साक्षी की साधना

साक्षी का बोध

मैं मृत्यु सिखाता हूं

जिन खोजा तिन पाइयां

समाधि के सप्त द्वार (ब्लावट्स्की)

साधना-सूत्र (मेबिल कॉलिन्स)

ध्यान-सूत्र

जीवन ही है प्रभु

असंभव क्रांति

ध्यान दर्शन

ध्यान के कमल

शून्य की नाव

शून्य के पार

सत्य की खोज

संभावनाओं की आहट

समाधि कमल

जो घर बारे आपना

प्रेम दर्शन

गिरह हमारा सुन्न में

अपने माहिं टटोल

जीवन संगीत

रोम-रोम रस पीजिए

योग

पतंजलि : योग-सूत्र (पांच भागों में)

योग : नये आयाम

तंत्र

संभोग से समाधि की ओर

संभोग से समाधि की ओर

युवक और यौन

क्रांती सूत्र

तंत्र-सूत्र (पांच भागों में)

राष्ट्रीय और सामाजिक समस्याएं

फिर अमरित की बूंद पड़ी

एक एक कदम

देख कबीरा रोया

देख कबीरा रोया

अस्वीकृति में उठा हाथ

भारत के जलते प्रश्न

समाजवाद से सावधान

समाजवाद अर्थात आत्मघात

स्वर्ण पाखी था जो कभी

नये समाज की खोज

नये समाज की खोज
नये भारत का जन्म
भारत का भविष्य

अंतरंग वार्ताएं

संबोधि के क्षण
प्रेम नदी के तीरा
सहज मिले अविनाशी
उपासना के क्षण
अनंत की पुकार

प्रश्नोत्तर

नहिं राम बिन ठांव
प्रेम-पंथ ऐसो कठिन
उत्सव आमार जाति, आनंद आमार गोत्र
मृत्योर्मा अमृतं गमय
प्रीतम छवि नैनन बसी
रहिमन धागा प्रेम का
उड़ियो पंख पसार
सुमिरन मेरा हरि करैं
पिय को खोजन मैं चली
साहेब मिल साहेब भये
जो बोलैं तो हरिकथा
बहुरि न ऐसा दांव
ज्यूं था त्यूं ठहराया
ज्यूं मछली बिन नीर
दीपक बारा नाम का
अनहद में बिसराम
लगन महूरत झूठ सब
सहज आसिकी नाहिं
पीवत रामरस लगी खुमारी
रामनाम जान्यो नहीं
सांच सांच सो सांच
आपुई गई हिराय
बहुतेरे हैं घाट
कोंपलें फिर फूट आईं
क्या सोवै तू बावरी
कहा कहूं उस देस की
पंथ प्रेम को अटपटो
फिर पत्तों की पांजेब बजी
मैं धार्मिकता सिखाता हूं, धर्म नहीं
ओशो उपनिषद
एक नई मनुष्यता का जन्म
भविष्य की आधारशिलाएं

विविध

अमृत-कण
अमृत वाणी
कुछ ज्योर्तिमय क्षण
नये संकेत
चेति सकै तो चेति
हसिबा, खेलिबा, धरिबा ध्यानम्
धर्म साधना के सूत्र
मैं कहता आंखन देखी
जीवन क्रांति के सूत्र
जीवन रहस्य
करुणा और क्रांति
विज्ञान, धर्म और कला
प्रभु मंदिर के द्वार पर
तमसो मा ज्योतिर्गमय
प्रेम है द्वार प्रभु का
अंतर की खोज
अमृत वर्षा
अमृत द्वार
एक नया द्वार
प्रेम गंगा
समुंद समाना बुंद में

सत्य की प्यास	शिक्षा में क्रांति
शून्य समाधि	गहरे पानी पैठ
व्यस्त जीवन में ईश्वर की खोज	ज्योतिष विज्ञान
अज्ञात की ओर	नव संन्यास क्या
धर्म और आनंद	सत्य का अन्वेषण
जीवन-दर्शन	सत्य का दर्शन
जीवन की खोज	घाट भुलाना बाट बिनु
क्या ईश्वर मर गया है	पथ की खोज
क्या मनुष्य एक यंत्र है	जीवन अलोक
नानक दुखिया सब संसार	जीवन की कला
नये मुनष्य का धर्म	जीवन क्रांती की दिशा
धर्म की यात्रा	जीवन गीत
स्वयं की सत्ता	मन का दर्पण
सुख और शांति	आंखों देखी सांच
नारी और क्रांति	आनंद की खोज
सम्यक शिक्षा	स्वर्णिम बचपन

ओशोंच्या साहित्यासंबंधी माहितीसाठी तसेच मागणीकरिता संपर्क :

ओशो मिडिया इंटरनॅशनल

१७ कोरेगाव पार्क, पुणे ४११००१ (महाराष्ट्र-भारत)

फोन नं. +९१ (२०) ६६०१९९८१

Email : distribution@osho.net

ओशोंच्या ऑडियो व्हिडियो प्रवचनांसंबंधी माहितीसाठी तसेच मागणीकरिता संपर्क :

ओशो मल्टिमीडिया ॲन्ड रिसॉर्ट्स प्रा. लि.

१७, कोरेगाव पार्क, पुणे ४११००१ (महाराष्ट्र-भारत)

फोन नं. +९१ (२०) ६६०१९९८१

Email : distribution@osho.net

श्रोत्यांसमोर प्रत्यक्ष दिलेल्या तत्कालीन प्रवचनांचा समावेश असणारी ही ओशोंची पुस्तकं आहेत. ओशोंची सर्व प्रवचनं, पुस्तकरूपात तसंच ऑडिओ रेकॉर्डिंगच्यारूपात उपलब्ध आहेत. ही रेकॉर्डिंग्ज तसंच पुस्तकं यांच्यासाठी www.OSHO.com/library या संकेतस्थळावर संपर्क साधता येईल.

www.ingramcontent.com/pod-product-compliance
Lightning Source LLC
Chambersburg PA
CBHW030526260626
47157CB00005B/1898